பாரதி
திரைக்கதை

ஞான ராஜசேகரன்

காவ்யா

பாரதி

திரைக்கதை

©ஞான ராஜசேகரன்

முதல் பதிப்பு : 2020

வெளியீடு : காவ்யா

16, இரண்டாம் குறுக்குத் தெரு, டிரஸ்ட்புரம்,
கோடம்பாக்கம், சென்னை -600024
போன்: 044-23726882 / 9840480232

அச்சாக்கம் : மணி ஆப்செட், சென்னை.-77

அட்டை, உள் வடிவமைப்பு: நாதன்

பக்கங்கள் : X + 192 = 202

விலை : ரூ.230/-

BHARATI

Screenplay

©Gnana Rajasekaran

First Edition : 2020

Published by **KAAVYA**

16, 2nd Cross Street, Trustpuram,
Kodambakkam, Chennai - 600 024.

Phone: 044 - 23726882 / 9840480232

e-mail : kaavyabooks@gmail.com.

Website : www.kaavyaa.com.

Printed at : Mani Offset, Chennai.-77

Desingned by: Nathan

Pages: X+192 = 202

Price : ₹ 230

முன்னுரை

ஞான ராஜசேகரன்

1993 ஆம் ஆண்டு, நான் திருச்சூர் மாவட்ட ஆட்சித் தலைவராகப் பணியாற்றிய போது ஒரு ஞாயிற்றுக் கிழமை, திரைப்பட ரசனை குறித்த கருத்தரங்கம் ஒன்றைத் துவங்கி வைத்துப் பேசச் சென்றிருந்தேன். எனது துவக்கவுரை முடிந்ததும் கலந்துரையாடலை நிகழ்த்தினார்கள். அதில் ஒரு மலையாள இளைஞன் கேட்டான் : "மோகமுள்ளுக்கு அடுத்ததாக என்ன படம் எடுக்கப் போகிறீர்கள்?" நான், "இன்னும் முடிவு செய்யவில்லை" என்றேன். உடனே அவன் "பாரதியார் மாதிரி ஒரு சப்ஜெக்ட் இருந்தும் ஏன் சார் தமிழில் யாரும் எடுக்க மாட்டேங்கறாங்க?" என்று சொல்லிக் கொண்டே அமர்ந்துவிட்டான்.

ஆனால் அந்த இளைஞனின் கேள்வி என் நினைவிலிருந்து வெகுநாட்கள் வரை நீங்கவே இல்லை. பாரதி மகாகவி என்பதும் தமிழ் இலக்கியத்தில் - 20 ஆம் நூற்றாண்டில் - மிகப்பெரிய மறுமலர்ச்சியை ஏற்படுத்தியவன் என்பதும் எல்லோரும் அறிந்த ஒன்று. ஆனால் திரைப்படத்துக்கான கருப்பொருளாகப் பாரதி அமைய முடியுமா? இந்தக் கண்ணோட்டத்தில் பாரதியின் புத்தகங்களையும், பாரதியைப் பற்றிய நூல்களையும் சுமார் 3 வருடங்கள் தேடித் தேடிப் படித்தேன்.

படிக்கப் படிக்க ஓர் அற்புதமான உலகம் என் முன் விரிந்தது. திரைப்படம் எடுக்காவிட்டாலும் பரவாயில்லை. இதைக் காரணமாக வைத்து பாரதியின் எழுத்துக்களை மறுவாசிப்பு செய்வதும் பாரதி வாழ்க்கையைப் பற்றிய புதிய தகவல்களை அறிவதும் பெறற்கரிய வாய்ப்பாக அமைந்தது. இப்படியொரு மனிதன் தமிழ்நாட்டில் பிறந்து வளர்ந்து பாடி, அலைந்து, அலைக்கழிக்கப்பட்டு மறைந்தானா? தமிழ் சமூகம் அவனுக்குச் செய்தது என்ன? அவன் இறந்த போது அவனது

IV

இறுதிச் சடங்குக்கு வெறும் 14 பேர்களையே அனுப்பி வைத்தது. இன்று எல்லோராலும் புகழப்படுகிற பாரதிக்கு அன்றைக்கு ஏன் 14 பேர்தான் கிடைத்தார்கள்? இந்தக் கேள்விக்கான விடை காண முயன்றேன். பாரதியின் வாழ்க்கைச் சம்பவங்களும் பின்னணியும் ஒரு திரைப்படமாக என்னுள் விரிந்தது.

பாரதி என்கிற பன்முகத் திறமையாளனை, சிந்தனையாளனை, தீர்க்கதரிசியை ஒரு திரைக்கதைக்குள் கொண்டு வந்துவிட முடியுமா? பாரதி ஒரு மகா சமுத்திரம். அதை ஒரு சிறு பாத்திரத்தில் அள்ளி எடுத்துவிட முடியாது. ஆனால் என் திரைக்கதையின் எல்லைகள் தெளிவாக வரையறுக்கப்பட்டது. "பாரதி வாழ்நாளில் ஏன் அங்கீகரிக்கப்படவில்லை" என்பதற்கு பதில் தேடுவதுதான் இந்தத் திரைக்கதையின் நோக்கம்.

பாரதி மகாகவி என்பதையும், ஞானி என்பதையும் இந்தத் திரைப்படத்தில் விரிவாகச் சொல்ல நான் முயலவில்லை. ஏனெனில் அவையெல்லாம் ஏற்கனவே நிரூபிக்கப்பட்டவை. பாரதியிடம் பிற உலக மகாகவிகளிடம் இல்லாத ஒன்றை நான் கண்டேன். உலகம் முழுதும் கவிகள் கனவுகள் கண்டிருக்கிறார்கள். ஆனால் பாரதி ஒருவன்தான் தன் காலத்தை மீறிய கனவுகளை, சிந்தனைகளை செயல்படுத்த முனைந்திருக்கிறான். அந்த முயற்சிகள்தான் அவனுக்கு அதிகமாக எதிரிகளை உருவாக்கியிருக்கிறது. பாரதி, வாழ்நாளில் அங்கீகரிக்கப்படாததற்கும் அந்த முயற்சிகளே காரணமாக அமைந்திருக்கின்றன.

'பாரதி' திரைக்கதையை எழுதும்போது பல இடங்களில் நான் அழுதேன். பாரதியைப் படம் பிடிக்கும்போது பல இடங்களில் எங்கள் படப்பிடிப்புக் குழுவும் அழுதது. பாரதி திரைப்படத்தைத் திரை அரங்கில் பார்த்தவர்கள் பலர் அழுதார்கள். இதற்கெல்லாம் காரணம் நானோ, எனது திரைக்கதையோ அல்ல. பாரதி என்கிற மகாபுருஷன் மீது தமிழ் மக்களுக்குள்ள ஈடுபாட்டைத்தான் இது காட்டுகிறது. காலத்தை

மீறி கனவு கண்ட யுக புருஷனின் கருத்துக்கள் இன்றைக்கும் முக்கியத்துவம் வாய்ந்திருப்பதை இது நிரூபணம் செய்கிறது.

பாரதியின் தனித்தன்மை வாய்ந்த இயல்பையும் வாழ்க்கையையும் திரைக்கதையில் கொண்டு வர, திரு. ரா.அ.பத்மநாபனின் 'சித்திர பாரதி' யும் திருமதி. ராஜம் கிருஷ்ணனின் 'பாஞ்சாலி சபதம் பாடிய பாரதி' யும் பெரிதும் உதவியாக இருந்தன. அவர்களுக்கு என் நன்றி. திரைக்கதை எழுதி முடித்ததும் பாரதியின் பேத்தி திருமதி. லலிதா பாரதிக்கும் அவரது மகன் திரு. ராஜ்குமார் பாரதிக்கும் நான் ஒவ்வொரு காட்சியையும் விளக்கிச் சொன்ன போது அவர்கள் தந்த அங்கீகாரம் எனக்கு உற்சாகமூட்டியது. அதை என்றைக்கும் மறவேன். 'பாரதி' யைத் திரைப்படமாகத் தயாரிக்க முன்வந்த மீடியா டிரீம்ஸ் நிறுவனத்துக்கும் திரு. வி. சந்திரசேகருக்கும் என் நன்றி. பாரதியைச் சுதந்திரமாகத் திரையில் உருவாக்கப் பெரும் பங்காற்றிய மீடியா டிரீம்ஸ் இயக்குநரும் எழுத்தாளருமாகிய திரு. சுஜாதா அவர்களுக்கு என் மனமார்ந்த நன்றி. 'பாரதி' யோடு கடந்த 7 ஆண்டுகள் நான் நடத்திய வெறிப் பிடித்த வாழ்க்கையை அங்கீகரித்து திரைக்கதை உருவாக்கத்தில் ஆர்வத்தோடு பங்கெடுத்து உதவியாளராகவே செயல்பட்ட என் மனைவி திருமதி. சகுந்தலாவுக்கு நன்றி. எழுத்திலிருந்த இந்தப் 'பாரதி' க்குத் திரையில் உயிரளித்த அற்புதக் கலைஞன் திரு. சாயாஜி ஷிண்டே, செல்வி தேவயானி, என்றும் நினைவிலிருக்க இசை தந்த இசைஞானி திரு. இளையராஜா, ஒவ்வொரு காட்சியையும் அழகுற அமைத்த ஒளி ஓவியர் திரு. தங்கர் பச்சான், என் திரை முயற்சிக்கெல்லாம் முதுகெலும்பாகத் திகழும் படத்தொகுப்பாளர் திரு. லெனின், வரலாற்றுப் பின்னணிக்குப் பொறுப்பேற்ற கலை இயக்குனர் திரு. பி. கிருஷ்ணமூர்த்தி மற்றும் நடிகர்கள் நடிகைகள் தொழில் நுட்பக் கலைஞர்கள் அனைவருக்கும் நான் நன்றிக் கடன்பட்டுள்ளேன்.

'பாரதி' திரைப்படத்தைத் தங்கள் தோள்களில் ஏந்தி தமிழ் மக்களிடம் கொண்டு சென்ற தமிழ்நாடு முற்போக்கு எழுத்தாளர்

சங்கம், கலை இலக்கியப் பெருமன்றம், கோவை திரு. T.A. அய்யாசாமி (ஆசிரியர் கூட்டணி), கோவை மாவட்ட ஆட்சியர் திரு. சந்தானம், திரு. B.K. கிருஷ்ணராஜ் வானவராயர், திருப்பூர் திரு. சுப்பராயன் MLA, திரு. V.T. சுப்பிரமணியம், திருநெல்வேலி மாவட்ட ஆட்சியர் திரு. தனவேல், பத்திரிகைகள், தனியார் தொலைக்காட்சி நிறுவனங்கள் மற்றும் பல்வேறு இலக்கிய அமைப்புகளுக்கும் பிரமுகர்களுக்கும் என் நன்றி உரித்தாகுக.

என்னாலான ஒரு சிறிய பாத்திரத்தில் பாரதி என்கிற மகா சமுத்திரத்தை அள்ளிக் கொண்டு வந்தேன். கொள்ளளவு குறைவாக இருந்தாலும், அந்த நீரிலும் 'அக்னி' ஒளிர்வதாக உணர்ந்தால் அது என் தவப்பயன்.

ஞான ராஜசேகரன்

பதிப்புரை

'பாரதி', காலத்தை மீறி கண்ட 'கனவு'தான். இக்கனவை 'நனவாக்க' பாரதிதாசன், பாலச்சந்தர், கமலஹாசன் எனப் பலர் முயன்றனர். இறுதியில் இது ஞான ராஜசேகரனுக்கே இயன்றிருக்கிறது.

இது இவரது தவப்பயன்; தமிழின் தவப்பயன். இந்த 'ஞானரதம்' எட்டையபுரத்தில் தொடங்கி சென்னையில் முடிந்தாலும் இடையில் காசி, கடையம், பாண்டிச்சேரி என்று வலம் வருகிறது.

இந்த 'ஓவியம்' நடிப்பு, இசை, ஒளி, கலை, தொகுப்பு அனைத்திலும் உச்சம்.

படம் வெளிவந்தபோது என் பெங்களூர் மாணவர்களுக்குக் காட்சிபடுத்தினேன். இப்போது பாரதி வாசகர்களுக்கு வாசிக்க, நேசிக்க.

இது ஒரு மகாகவி பற்றிய மகாகலைஞனின் 'மகா சித்திரம்'.

காவ்யா சண்முகசுந்தரம்

NATIONAL FILM AWARDS 2000

சிறந்த தமிழ்ப் படத்துக்கான தேசிய விருது

மீடியா டிரீம்ஸ்
வழங்கும்

பாரதி

கதை மாந்தர்கள்

மகாகவி பாரதி	சாயாஜி ஷிண்டே
செல்லம்மா	தேவயானி
கிருஷ்ண சிவன்	ஸ்ரீகாந்த்
ஆர்யா	நிழல்கள் ரவி
குவளை	T.P.கஜேந்திரன்
சின்னசாமி	SKS மணி
இப்ராஹிம்	ஜூனியர் பாலையா
நாயுடு	பாலு ஆனந்த்
நாராராயணப் பிள்ளை	பாலாசிங்
மண்டையம்	டெல்லி குமார்
பாரதிதாசன்	குமார் நடராஜன்
கனகலிங்கம் தந்தை	Dr. K.A. குணசேகரன்
வவேசு அய்யர்	பாண்டிராஜு
மகாராஜா	அமரசிகாமணி
பார்வதி	இந்து
வ.ரா.	TKS புகழேந்தி
சிறுவன்பாரதி	புஷ்பக்

2B

படைப்புக் கலைஞர்கள்

Subject consultants

ரா.அ.பத்மநாபன்

ராஜம் கிருஷ்ணன்

Creative Advisor

சுஜாதா

பாடல்கள்

மகாகவி பாரதியார்

புலமைப்பித்தன்

மு.மேத்தா

பாடியவர்கள்

கே.ஜே. ஜேசுதாஸ்

ராஜ்குமார் பாரதி

பாம்பே ஜெயஸ்ரீ

பவதாரிணி

ஹரீஷ் ராகவேந்தர்

மனோ

S.N. சுரேந்தர்

ஸ்டில்ஸ்

டில்லி பகுதூர்

ஒப்பனை

Y. ஷயத் அஹமது

ஒலிப்பதிவு
G. தரணிபதி
G. கிருஷ்ணன்

குரல்
ராஜீவ் (பாரதி)

கலை இயக்கம், ஆடை வடிவமைப்பு
P. கிருஷ்ணமூர்த்தி

படத்தொகுப்பு
B. லெனின் - V.T. விஜயன்

ஒளிப்பதிவு
தங்கர்பச்சான்

இசை
இசைஞானி இளையராஜா

நிர்வாகத் தயாரிப்பு
MCS புரொடக்ஷன்ஸ்

தயாரிப்பு
சுஜாதா ரங்கராஜன்
M. வரதராஜன்
K. மணிபிரசாத்

எழுத்து, இயக்கம்
ஞான ராஜசேகரன்

காட்சி 1

சென்னை சுடுகாடு. விடியற்காலை. பகல்.

பாரதியின் இறந்த உடலைச் சுடுகாட்டிற்குச் சற்றுத் தொலைவிலிருந்து பரலி நெல்லையப்பர், லக்ஷ்மண அய்யர், குவளை கிருஷ்ணமாச்சாரி, ஹரிஹர சர்மா முதலானோர் சுமந்து வருகிறார்கள். அவர்களுடன் எட்டுப் பேர், கூட வருகிறார்கள். அவர்களில் கனகலிங்கமும் ஒருவர். சுடுகாட்டினை நோக்கி நடக்கிற கால்கள். வேதனையைக் காட்டும் அவர்களது முகங்கள். பாடையில் படுத்திருக்கும் பாரதியின் சலனமற்ற முகம். சுடுகாட்டின் வாயிலை நோக்கிக் கூட்டம் நடந்து செல்கிறது. வாயிலினருகே பாதிரி சுரேந்தரநாத் ஆர்யாவும் அவரது மனைவியும் நின்றிருக்கிறார்கள். பாரதியின் உடல் அடுத்து வர வர ஆர்யா துக்கம் தாங்க முடியாமல் தேம்பித் தேம்பி அழுகிறார். அவரது போர்த்துகீசிய மனைவி மார்த்தாவும் துக்கம் தாங்காமல் கைக்குட்டையால் கண்ணைத் துடைத்துக் கொள்கிறார். தனது வெகு அருகில் வந்தவுடன் ஆர்யா, பாரதியின் உடலைச் சுமக்க தன் தோளைத் தருகிறார். ஊர்வலம் தற்போது சுடுகாட்டினுள் செல்கிறது. அங்கு பாரதியின் உடல் இறக்கி வைக்கப்படுகிறது. அருகே, இறுதிச் சடங்குக்காக விறகுக் கட்டைகள் அடுக்கப்படுகின்றன. பாரதியின் சலனமற்ற முகத்தைப் பார்த்துவிட்டு ஆர்யா உருக்கத்தோடு பேசுகிறார்.

ஆர்யா

இந்த மகாபுருஷன் வாழ்ந்த காலத்தில் இவனை ஓட ஓட விரட்டி பட்டினி போட்டு பரிகாசம் செய்ததற்காக இந்தச் சமுதாயம் என்றைக்காவது ஒருநாள் வருந்தித்தான் தீர வேண்டும். உலகம் முழுதும் திரண்டு நின்று இவன் பாடிய பாடல்களைப் பாடி நடைபெற வேண்டிய இந்த இறுதிச் சடங்கு இன்று வெறும் 14 பேர்களுக்கு மத்தியில் ஏதோ ஒரு அனாதைப் பிணத்துக்கு

நடப்பதைப் போல் நடைபெறுவதற்கு இந்த உலகம் என்றாவது ஒருநாள் ரத்தக் கண்ணீர் வடித்துத்தான் தீர வேண்டும். ஏன் இவனுக்கு 14 பேர் தான் கிடைத்தார்கள்? நமது சமுதாயத்தில் மனிதர்கள் எங்கே தொலைந்து போனார்கள். இதற்கெல்லாம் என்ன காரணம்? இவனது அறிவா? அல்லது இவனிடத்தில் இருந்த நெருப்பா? நல்லதோர் வீணை செய்து - அதை நலம் கெடப் புழுதியில் எறிவதுண்டோ? சொல்லடி சிவசக்தி! ஏன் இவனைச் சுடர்மிகும் அறிவுடன் படைத்துவிட்டாய்?

சிறு வயதிலிருந்து பாரதியின் வாழ்க்கை FLASH BACK ஆக தொடங்குகிறது.

காட்சி 2

எட்டயபுரம். சின்னசாமி வீடு. இரவு.

சிறுவன் பாரதி தனது அறையில் கணித, விஞ்ஞான புத்தகங்களைப் பரப்பி வைத்துக் கொண்டு படிக்க முடியாமல் அவஸ்தைப் பட்டுக் கொண்டிருக்கிறான். அதற்கு அடுத்த அறையில் பாரதியின் தந்தை சின்னசாமி அய்யரும் ஆடிட்டர் அய்யங்காரும் உரையாடிக் கொண்டிருக்கிறார்கள்.

சின்னசாமி

எட்டயபுரத்தை மான்செஸ்டராக்கனும்னு கனவு கண்டேன். அதனால் தான் காட்டன் ஜின்னிங் பேக்டரிய நான் இங்க ஆரம்பிச்சேன். ஆனா என்னை யாருமே புரிஞ்சுக்க மாட்டேங்கறாய்யா. ராஜாவாவது நிறைய ஷேர் வாங்கி எனக்கு ஒத்தாசை பண்ணார். இந்த மூட ஜனங்க பாட்டு, கூத்துன்னா பின்னால ஓடறாளே ஒழிய இந்த மாதிரி நல்ல காரியத்துக்கு ஒத்தாசை பண்ண மாட்டேங்கறா.

அய்யங்கார்

நீ பாட்டுக்குக் கடன் மேலே கடன் வாங்கிண்டு போற. இது எங்க கொண்டு போய் முடியுமோன்னு எனக்குத் தெரியலை. நீ தப்பா நினைக்கலன்னா நான் ஒன்னு சொல்றேன். இந்தக் கனவு காண்றது பேக்டரி நடத்தறது எல்லாம் இங்கிலீஷ்காராளுக்குத் தான் லாயக்கு.

அப்போது தூரத்தில் எங்கோ தெருக்கூத்துப் பாடல் கேட்கிறது. சிறுவன் பாரதிக்கு அங்கே சென்று காண ஆசை பிறக்கிறது.

சன்னலின் அருகே சென்று லேசாக எட்டிப் பார்க்கிறான். கூத்துப் பாடல் தொடர்கிறது. சிறுவன் பாரதி ஏதோ முடிவெடுத்தவனாகப் பாயை விரிக்கிறான். தலையணைகளை அதன் மேல் அடுக்காக வைக்கிறான். விளக்கை எடுத்துத் தலை மாட்டில் வைக்கிறான். தான் படுத்துக் கொண்டு படிப்பதைப் போல போர்வையைத் தலையணைகளின் மேல் போர்த்துகிறான்.

சின்னசாமி

இங்கிலீஷ்காரன் என்னய்யா இங்கிலீஷ்காரன், நம்ம பசங்களும் டெக்னிக்கல் படிப்பு படிச்சா நாம ஏன் இங்கிலீஸ்காரனுக்காகக் காத்திண்டிருக்கனும்? அதனால தான் சுப்பையாவை எஞ்சினியரா ஆக்கணும்னு ஆசைப்படறேன்.

சிறுவன் சத்தமின்றி தன்னறையிலிருந்து வெளியேறுகிறான்.

சின்னசாமியின் மனைவி வள்ளி காபி கொண்டு வருகிறாள்.

சின்னசாமி

(பெருமையுடன்)

வள்ளி சுப்பையா படிச்சிண்டு இருக்கான் இல்லையோ?

வள்ளி

படிச்சிண்டிருக்கான்.

சின்னசாமி

அந்தப் பயலை அங்க இங்க அலயவிடாம எங் கட்டுப்பாட்டுக்குள்ள வச்சிண்டுருக்கேன். ஏதோ, புகையற வாசனை வர்றதில்லையோ?

அய்யங்கார்

ஆமாம்ப்பா ஏதோ தீஞ்சு போன வாசனை வர்றது.

சின்னசாமி

கணக்குப் பிள்ளை...

கணக்குப் பிள்ளை

ஐயா, இதோ பார்க்கிறேன்.

கணக்குப் பிள்ளை உள்ளே அறைக்குள் செல்கிறார்.

கணக்குப் பிள்ளை

ஐயா, ஐயா, நெருப்பு புடிச்சுடிச்சுங்க

சின்னசாமியும் அய்யங்காரும் பாரதியின் அறைக்குள் ஓடுகிறார்கள்.

சின்னசாமி

ஆ. நெருப்பா! சுப்பையா, ஏய் சுப்பையா!

தீப்பிடித்துவிட்டதோ என்று பயந்து சின்னசாமி போர்வையை இழுத்துப் பார்க்கிறார். அங்கே பாரதி இல்லாமல் இருப்பது கண்டு அவர் முகம் கோபத்தைக் கக்குகிறது.

சின்னசாமி

ஏமாத்திட்டு போயிருக்கான்

தெருக்கூத்து பாடல் தூரத்தில் ஒலிக்கிறது. அவன் எங்கே போயிருப்பான் என்று அவருக்குப் புரிந்துவிட்டது.

காட்சி 2A

எட்டயபுரம் தெரு. இரவு.

திரௌபதி நாடகத்தில் திரௌபதியின் சேலையைத் துச்சாதனன் உருவி முடித்து விட்டான். திரௌபதி வேடம் போட்டுள்ள ஆண் நடிகர் சபையில் வீற்றிருக்கும் பெரியவர்கள் முன்பாக ஓடியாடி ஒப்பாரி வைக்கிறார். தெருவில் மக்கள் கூட்டம் நாடகத்தை மெய்மறந்து ரசித்துக் கொண்டிருக்கிறது. கூட்டத்துக்குள் சிறுவன் பாரதியும் அமர்ந்து பார்த்துக் கொண்டிருக்கிறான். அவனது முகத்தில் கோபமும் பரபரப்பும் காணப்படுகிறது. எதையோ முடிவெடுத்தவனாகத் திடீரென்று மேடையில் ஏறி நிற்கிறான், சிறுவன் பாரதி. மேடையில் உள்ள நடிகர்கள் செய்வதறியாமல் ஸ்தம்பித்து நின்று விடுகிறார்கள். பாரதி எதைப் பற்றியும் கவலைப்படாமல் தைரியமாகப் பேசுகிறான்.

பாரதி

என்ன பொம்பளை நீ? தப்பு பண்ணவங்க உன் புருஷனுங்க. அவங்களை விட்டுட்டு நீ ஏன் சம்மந்தமில்லாதவங்க கிட்ட ஒப்பாரி வைக்கற? உன் புருஷன்களைத் தண்டிக்கணும்னா நீ பல்லாங்குழி ஆடும்போது அவங்களைப் பணயம் வெச்சு ஆடனும். பொம்பளை புருஷனை பணயம் வெச்சு ஆடினா ஊர்ல ஒரு புருஷன் மிஞ்சுவானா?

மக்கள் கூட்டம் பாரதியை ஆதரித்து கரகோஷம் செய்கிறது.

ஓரிரு வினாடிக்குள் சின்னசாமி கணக்குப் பிள்ளை சகிதம் அங்கே வந்து சேர்கிறார். பாரதியைப் பார்த்து கோபாவேசமாக ஒரு பார்வை பார்த்துக் கத்துகிறார்.

சின்னசாமி

சுப்பையா! BLOODY FOOL!

பாரதி பெட்டிப் பாம்பாக அடங்கி அவர் பின்னால் நடக்கிறான்.

ஸ்விட்ச் ஆன் செய்தது போல திரௌபதி முன்பு விட்ட இடத்திலிருந்து அழுகையைத் தொடங்குகிறாள்.

காட்சி 3

எட்டயபுரம் அரண்மனை. பகல்.

மகாராஜா, சபையில் தன் சகாக்களுடன் அமர்ந்திருக்கிறார். சகாக்களில் தமிழ் பண்டிதர்கள் இருக்கிறார்கள். அவர்களில் ஒருவர் காந்திமதி நாதன். மகாராஜாவுக்கு அருகில் கூச்ச சுபாவத்தோடு சிறுவன் பாரதி அமர்ந்திருக்கிறான். அவர்களது உரையாடலில் அவன் பங்கெடுக்கவில்லை. பாரதியைப் பார்த்து, பண்டிதர் ஒருவரும் காந்திமதி நாதனும் சற்று ஏளனத்தோடு பேசத் துவங்குகிறார்கள்.

பண்டிதர்

சுப்பையா, சின்ன வயசிலே கவிதை எல்லாம் எழுதி பாரதின்னு பட்டம் வாங்கினது சாதாரண விஷயம் இல்லை

காந்திமதி நாதன்

ஆனா எங்க மாதிரி வரகவி ஆகனும்னா பாட்டு மட்டும் இருந்தால் போதாது. வேகமும் வேணும்

சகா

ஹைனஸூம் இங்க இருக்கார். அவர் முன்னாடி உன் வேகம் என்னன்னு பரிட்சை பண்ணி பார்த்துடலாமா?

காந்திமதி நாதன்

நல்ல யோசனை!

பாரதி பவ்யத்தோடு தலையாட்டுகிறான்.

மகாராஜா

பிள்ளைவாள், பார்த்து. பாரதி சின்னப் பையன். அவனை ரொம்ப கஷ்டப்படுத்திடாதீர்

காந்திமதி நாதன்

யுவர் ஹைனஸ்! இவன் உங்களுக்குப் பிரியமான பையன் என்று எங்களுக்குத் தெரியாதா? இவனுக்குக் கஷ்டம் இல்லாமலேயே ஹைனஸ் சொன்ன வரியையே கொடுத்துட்டாப் போச்சி!

மகாராஜா

ஆகட்டும், அப்படியே ஆகட்டும்

காந்திமதி நாதன்

சுப்பையா, "பாரதி சின்னப்பயல்" (பாரதியைப் பார்த்து) இதையே கடைசி வரியா வச்சு ஒரு வெண்பா பாடணும் முடியுமா?

பாரதி, குழந்தைகள் செய்யுள் ஒப்பிப்பதைப் போல வெண்பாவைச் சொல்கிறான்.

பாரதி

ஆண்டில் இளையவன் என்று அந்தோ அகந்தையினால்,
ஈண்டிங்கு இகழ்ந்தென்னை ஏளனம் செய் - மாண்பற்ற
காரிருள் போல் உள்ளத்தான் காந்திமதி நாதனை,
பாரதி சின்னப் பயல்

காந்திமதி நாதனைத் தவிர மற்ற அனைவரும் "பேஷ்" என்கிறார்கள். மகாராஜாவுக்குச் செய்யுள் புரியாததால் அவர் திருதிருவென்று முழித்துக் கொண்டிருக்கிறார். பாரதி, நையாண்டிக் குரலில் வெண்பாவின் கடைசி வரிகளைப் பதம் பிரித்து எல்லோரிடமும் சொல்கிறான். அவன் விரல் காந்திமதி நாதனைச் சுட்டிக் காட்டுகிறது.

பாரதி

காந்திமதி நாதனைப் பார் - அதி சின்னப் பயல்

காந்திமதி நாதனைப் பார் - அதி சின்னப் பயல்

எல்லோரும் சத்தம்போட்டு சிரிக்கிறார்கள். காந்திமதி நாதன் மட்டும் தலைகுனிந்து கொள்கிறார். மகாராஜா தாமதமாக விஷயத்தைப் புரிந்து கொண்டு எம்பி எம்பி குதித்து - சத்தம் போட்டுச் சிரித்து தன் சந்தோஷத்தை வெளிப்படுத்துகிறார்.

மகாராஜா

சபாஷ் சுப்பையா! அவர் கொடுத்த வரியை வைத்து அவரையே மடக்கிட்டியே! பேஷ் பேஷ், பிள்ளைய நீ நல்லாவே மடக்கிட்ட!

மகாராஜாவால் சிரிப்பை அடக்க முடியவில்லை.

அப்போது சின்னசாமி அரண்மனைக்குள் கம்பீரத்தோடு நுழைந்து கொண்டிருக்கிறார். அவருக்கு சேவகர்கள் மிகுந்த மரியாதை அளிக்கிறார்கள். அவர் மகாராஜாவைக் கண்டதும் பவ்யமாக வணக்கம் செய்கிறார். மகாராஜா தன் சகாக்களோடு சிரித்துப் பேசிக் கொண்டிருப்பதை அவர் கவலையோடு பார்த்தபடி மகாராஜாவின் அருகில் வந்து நிற்கிறார். சகாக்களையும் பாரதியையும் பார்த்து "அட, உதவாக்கரைகளே" என்றொரு பார்வை வீசுகிறார்.

மகாராஜா

வாங்க சின்னச்சாமி அய்யர். உங்க பையனப் பத்திதான் பேசிக்கிட்டு இருக்கோம்.

பாரதியைப் பார்த்து அவருக்குக் கோபம் வந்தாலும் மகாராஜா அருகில் இருப்பதால் புன்னகை செய்து அதை மறைத்துக் கொள்கிறார்.

சின்னசாமி

யுவர் ஹைனஸ், பேக்டரி தொடங்கறதுக்கு முன்னாடி சில மெஷினரி பார்ட்ஸ் லண்டனிலிருந்து வரவழைக்கணும். அதுக்கு எல்லா ஷேர் ஹோல்டர்ஸ் கையெழுத்தும் வேணும். உங்க கையெழுத்தும் வேணும்.

மகாராஜா இன்னும் பழைய மனநிலையிலேயே தான் இருக்கிறார்.

மகாராஜா

அய்யர் அதையெல்லாம் விடப் பெரிய விஷயம் இங்க நடந்திருக்கு. உம்ம பையன் இருக்கானே! அபாரம். அற்புதம் காந்திமதிப் பிள்ளையையே கவுத்துட்டான் உங்க மகன். அதுவும் எப்படி? பிள்ளைவாளை அதி சின்னப்பயல் ஆக்கிட்டான் உங்க மகன். ஆமா எங்க கையெழுத்து போடணும். (கையெழுத்துப் போட்டுக் கொண்டே) ஒரு விஷயம் தெரிஞ்சுக்குங்க (சின்னசாமி தலையைத் தாழ்த்துகிறார்) இந்த எட்டயபுரத்துல உம்ம பையனை மிஞ்ச ஒரு பய கிடையாது.

சின்னசாமி அய்யர், பாரதியை வெறித்துப் பார்க்க, பாரதி பயந்து, தலை குனிந்து கொள்கிறான்.

காட்சி 4

எட்டயபுரம். தோப்பு. மாலை.

பசுமை நிறைந்த மரங்கள் அடர்ந்த தோப்பு. பறவைகள் சப்தமிட்டுக் கொண்டிருக்கின்றன.

தோப்பிலுள்ள நடைபாதையில் சிறுவன் பாரதியும், அவனது நண்பன் சோமுவும் சோர்வாக புத்தகங்களைச் சுமந்தபடி வீட்டிற்கு திரும்பிக் கொண்டிருக்கிறார்கள்.

பாரதி அண்ணாந்து பார்க்கிறான். சோமுவுடன் பேசுகிறான்.

பாரதி

சோமு! இந்த உலகத்தில் பள்ளிக்கூடங்களே இருக்கக் கூடாது! மாணவர்களை எல்லாம் இது மாதிரி தோப்பில் வந்து விட்டுவிட வேண்டும். இந்தக் குயிலும், காக்கையும் சொல்லித் தராததையா நம்ம பொடி மூக்கு வாத்தியார் சொல்லித் தரப்போறார்.

சோமு சிரிக்கிறான்.

சோமு

பள்ளிக்கூடம் போகலைன்னா உங்க அப்பா சும்மா இருப்பாரா?

அப்போது ஏதோ ஒரு திசையிலிருந்து நாட்டுப் பாடல் ஒன்று கேட்கிறது.

பாரதி தீவிரத்துடன் பாடல் வருகிற திசையை நோக்கி ஓடுகிறான். சோமுவும் அவன் பின்னால் ஓடுகிறான். ஒரு புதரருகே மறைந்து நின்று இருவரும் பார்க்கிறார்கள்.

ஒரு கருப்புச் சிறுமி யாருமில்லை என்கிற தைரியத்தில் மனம் லயித்துப் பாடிக் கொண்டிருக்கிறாள். பாடலைக் கேட்டு பாரதி ஆனந்தமடைகிறான்.

பாடல்

மயில் போல பொண்ணு ஒண்ணு,
கிளி போல பேச்சு ஒண்ணு
குயில் போல பாட்டு ஒண்ணு கேட்டு நின்னு

மனசு போன எடந்தெரியலே - அந்த
மயக்க மெனக்கு இன்னுந் தெளியல (மயில் போல)

வண்டியில வண்ணமயில் நீயும் போனா
சக்கரமா எம்மனசு சுத்துதடி
மந்தாரமல்லி மருக்கொழுந்து செண்பகமே
முனைமுறியாப் பூவே எனை முறிச்ச தேனடியோ
தங்க முகம் பார்க்க தெனம் சூரியனும் வரலாம்
சங்கு கழுத்துக்கே பிறை சந்திரனைத் தரலாம் (மயில் போல)

வெள்ளி நிலா மேகத்துல வாரது போல்
மல்லிகைப் பூ பந்தலூட வந்தது யாரு
சிறு...

பாடிக்கொண்டிருக்கிற சிறுமி திடீரென்று பாரதியைப் பார்த்துத் துணுக்குற்று பாடுவதை நிறுத்திவிட்டு ஓடி மறைகிறாள்.

பாரதி

பாட்டுன்னா இப்படித்தான் இருக்கணும். பதவுரையே வேண்டாம். ஆனா பாட்டு முழுசா கேக்கறதுக்குள்ள போயிட்டாளே!

சோமு

சுப்பையா நாம புறப்படலாமா?

பாரதி

அந்தப் பொண்ணு நிச்சயமா திரும்பி வருவா. நான் அந்த மண்டபத்துல ஒளிஞ்சிருந்து அவளோட பாட்டை முழுசா கேட்டுட்டுதான் வருவேன்

சோமு

அப்ப நான் போறேன். என்னைத் தேடுவாங்க

காட்சி 5

எட்டயபுரம். தோப்பு. இரவு.

சோமு வழிகாட்ட தோப்பிலிருக்கும் மண்டபத்துக்குள் தாத்தா செல்கிறார். அங்கே சிறுவன் பாரதி தன்னை மறந்த நிலையில் கண்களை மூடி இருக்கிறான்.

தாத்தா

சுப்பையா!

பாரதி

தாத்தா!

பாரதி கண் திறந்து பார்க்கும் போது தாத்தா அவன் முன் நிற்பது தெரிகிறது. முகமலர்ச்சியோடு தன் அனுபவத்தை யாதொரு கவலையுமின்றி அவரிடம் சொல்கிறான்.

பாரதி

தாத்தா, இந்த மாதிரி ஒரு பாட்டை நான் இதுவரையில் கேட்டதேயில்லை. அப்படியே அந்த பொண்ணு கால்ல விழுந்து நமஸ்காரம் பண்ணலாம்னு தோணித்து தாத்தா!

தாத்தா, தன் பின்னால் அவன் தந்தை வருவது குறித்த எச்சரிக்கையை செய்கிறார். ஆனால், அதற்குள் உள்ளே வந்துவிட்ட சின்னசாமி கோபத்தோடு பேசுகிறார்.

சின்னசாமி

ஆமாடா, ஆமா. தோப்புல வேலை செய்றவ, தோட்டத்துல களை எடுக்கறவ இவா கால்லயெல்லாம் நீ விழுந்திண்டிரு. ரொம்ப கௌரமாயிருக்கும். படிப்பிலதான் ஒன்னுமில்லன்னு ஆயிடுத்து. குடும்ப கௌரவத்தையாவது காப்பாத்திக்க வேண்டாமா? அதுக்கு என்ன

செய்யறதுன்னு எனக்குத் தெரியும்! கணக்குப் பிள்ளை!

காட்சி 6

எட்டயபுரம். சின்னசாமி வீடு. இரவு.

பாரதியின் பாலவிவாஹத்துக்கான ஏற்பாடுகள் தீவிரமாக நடைபெறுகின்றன. எங்கு பார்த்தாலும் ஆண்கள், பெண்கள், குழந்தைகள் திருமண சந்தடி.

மாடி அறை ஒன்றில் மாப்பிள்ளைக் கோலத்தில் பாரதி நிற்கிறான். அவன் முகத்தில் மகிழ்ச்சி இல்லை. நண்பன் சோமுவோடு உரையாடுகிறான்.

பாரதி

எங்க அப்பாவுக்குப் புத்தி மழுங்கி போயிடுத்து. சின்னப் பையன் எனக்குக் கல்யாணம். அதுக்கு மேலே பாலைக் குடிச்சுட்டு தொட்டில்ல தூங்கிண்டிருக்கிற குழந்தைகளுக்கெல்லாம் கல்யாணம் பண்ணி வைக்கிறார். என்ன மடத்தனம் இது.

சோமு

(சிரிப்புடன்)

மடத்தனம் இல்ல. உன்மேல உங்கப்பாவுக்கு இருக்கிற பயம் தான். எங்கே அந்தக் கறுப்புப் பெண் பின்னால் நீ ஓடிப்போய்விடுவாயோன்னு பயந்துட்டார்.

பாரதி

அப்பா ஆசைப்பட்ட மாதிரி எஞ்சினியராகறது ரொம்பக் கஷ்டம். மாப்பிள்ளையாவது ஆகலாமில்லையா? அதனால்தான் இந்த கல்யாணத்துக்குச் சம்மதிச்சேன்.

காட்சி 7

எட்டயபுரம். சின்னசாமி வீடு. காலை.

திருமண ஊர்வலத்தில் பாரதி மணக் கோலத்தில் வருகிறான். திருமண சடங்குகள் நடைபெறுகின்றன. உறவினர்களும் ஊர்க்காரர்களும் ரசித்துப் பார்த்துக் கொண்டிருக்கிறார்கள். ஊஞ்சலில் பாரதி, செல்லம்மா இருவரையும் ஒன்றாக உட்கார வைக்கிறார்கள். பாரதியின் அருகே சிறுமி செல்லம்மா வெட்கத்துடன் அமர்ந்திருக்கிறாள்.

குரல்

சுப்பையா, ஒரு பாட்டுப் பாடேன்

கிருஷ்ணசிவன்

எல்லாரும் கேக்கறாளோல்லியோ பாட்டுப் பாடேன்

பாரதி, கருப்புச் சிறுமி பாடிய நாட்டுப்புறப் பாடலைப் பாடுகிறான்.

பாரதி

மயில் போல பொண்ணு ஒன்னு கிளி போல பேச்சு ஒன்னு

மாமி

என்ன இந்த மாதிரி பாட்டைப் பாடறான்

பாரதி

மயில் போல பொண்ணு ஒன்னு
கிளி போல பேச்சு ஒன்னு
குயில் போல பாட்டு ஒன்னு கேட்டு நின்னு
மனசு போன இடம் தெரியல - அந்த
மயக்க மெனக்கு இன்னும் தெளியல
வெள்ளி நிலா மேகத்துல வாரது போல்
மல்லிகைப் பூ பந்தலூட வந்தது யாரு?

சிறு ஓலையிலே உன்னினைப்பை எழுதி வச்சேன்
ஒரு எழுந்தறியா காத்து வந்து இழுத்ததுமென்ன
குத்துவிளக்கொளியே குட்டிநிலா ஒளியே
முத்து சுடரொளியே ஒரு முத்தம் நீ தருவாயா?

ஆசாரமிக்க சின்னசாமியால் நாட்டுப்புறப் பாடலை ரசிக்க முடியவில்லை. சிறிது நேரத்தில் அவர் எழுந்து சென்று விடுகிறார். ஆனால் அங்குள்ளவர் எல்லோரும் பாடலை ரசிக்க ஆரம்பித்து விடுகிறார்கள். பாடலின் உச்ச கட்டமாக செல்லம்மாவைப் பாரதி முத்தமிட்டு விடுகிறான். பழமையில் ஊறிய கூட்டத்தினர் அதிர்ச்சியில் உறைந்து போகின்றனர். பயத்தில் செல்லம்மாவுக்கு உடல் முழுவதும் வியர்த்து விடுகிறது. வெட்கத்துடன் ஓடிப் போய் ஒரு அறைக்குள் நுழைந்து கொள்கிறாள். அவளது தோழிகளெல்லாம் அவளை மொய்த்துக் கொள்கிறார்கள்.

தோழி

செல்லம்மா ஏன் அழற?

வயதானவள்

செல்லம்மா, ஏம்மா அழற?

செல்லம்மா

(அப்பாவித்தனத்துடன்)

உங்களுக்கெல்லாம் போல எனக்கு ஒரு சாதாரண ஆள் புருஷனா கிடைக்கப்படாதா? ஏன் இப்படி ஒரு ஆள் எனக்குப் புருஷனா வந்து வாய்க்கணும்?

காட்சி 8

எட்டயபுரம். காட்டன் ஜின்னிங் பேக்டரி. பகல்.

பேக்டரியின் நுழைவாயிலில் 'எட்டயபுரம் காட்டன் ஜின்னிங் பேக்டரி' என்ற பெயர்ப் பலகை தொங்குகிறது.

அலுவலகத்துக்குச் சற்றுத் தொலைவில் மரத்தடியில் படுத்தவாறு பாரதி, இலைகள் உதிர்வதைக் கவனித்துக் கொண்டிருக்கிறான்.

அலுவலகத்துக்குள் சின்னசாமியும் ஆடிட்டர் அய்யங்காரும் பேசிக் கொண்டிருக்கிறார்கள். கணக்குப் பிள்ளை சற்று தூரத்தில் அமர்ந்து வேலை பார்த்துக் கொண்டிருக்கிறார்.

அய்யங்கார்

லண்டனிலிருந்து ஸ்பேர் பார்ட்ஸ், அனுப்பி பல வாரங்கள் ஆயுடுத்தே! இன்னும் பம்பாய் வந்து சேரலையா?

சின்னசாமி

அந்தத் தகவலுக்காகத் தான் நானும் எதிர்பார்த்துண்டிருக்கேன். ஸ்பேர் பார்ட்ஸ் வந்தாதான் பேக்டரிய முழுசா பங்ஷன் பண்ண முடியும். என்ன பண்றதுனே தெரியலே

அப்போது தபால்காரன் உள்ளே நுழைகிறான்.

தபால்காரன்

ஐயா தந்தி!

மகிழ்ச்சியான செய்தியாயிருக்கும் என்ற நம்பிக்கையோடு சின்னசாமி கையெழுத்திட்டு தந்தியை வாங்குகிறார்.

தந்தியை அவசர அவசரமாகப் பிரித்து மனதுக்குள் வாசிக்கிறார். முதல்வரியை வாசிக்கும்போதே நெஞ்சுவலி பொறுக்க முடியாமல் அப்படியே நாற்காலியில் சாய்கிறார்.

சின்னசாமி

ஈஸ்வரா!

பயந்து போன அய்யங்கார் கூச்சலிட்டபடி ஓடிச் சென்று அவரைத் தாங்கிப் பிடிக்கிறார்.

அய்யங்கார்

சின்னசாமி!

கூச்சல் கேட்டு வெளியிலிருந்து ஓடி வருகிறான் பாரதி.

பாரதி

அப்பா, அப்பா, அப்பாவுக்கு என்ன ஆச்சு?

கணக்குப் பிள்ளை தண்ணீர் எடுத்து வந்து அவர் முகத்தில் தெளிக்கிறார். அய்யங்கார் இதற்குள் கீழே விழுந்திருக்கிற தந்தியை எடுத்துப் படிக்கிறார். அவர் முகம் பேயறைந்து விடுகிறது.

அய்யங்கார்

சுப்பையா! ஸ்பேர் பார்ட்ஸ் வந்த கப்பல் நடுக்கடலில் தீப்பிடிச்சு எரிஞ்சு போயுடுத்தாம். ஒன்னும் மிஞ்சலை

காட்சி 9

எட்டயபுரம். சின்னசாமி வீடு. பகல்.

சின்னசாமி படுக்கையில் இருக்கிறார். அவரது உடல்நிலை மிகவும் மோசமாக உள்ளது. அவரைச் சுற்றி சின்னம்மா வள்ளி, செல்லம்மா, உறவினர்கள் எல்லோரும் சூழ்ந்திருக்கிறார்கள்.

பாரதி அவருக்கு வெகு அருகில் அமர்ந்து, அவர் தண்ணீர் குடிக்க ஏதுவாக வாயருகில் தம்ளரைப் பிடித்துக் கொண்டிருக்கிறான். அவரால் குடிக்க முடியவில்லை. தம்ளரை விலக்கிவிட்டு பாரதியைப் பார்த்து தீனமான குரலில் பேசுகிறார்.

சின்னசாமி

நான் காலத்தை மீறி கனவு கண்டு ஏமாந்து போயிட்டேன். நடுக்கடல்ல ஸ்பேர் பார்ட்ஸ் ஏத்திண்டு வந்த கப்பல் முழுகி போயிடுத்துன்னு பொய் சொல்லி இங்கிலீஷ்காரன் ஏமாத்திட்டான். நீயும் காலத்தை மீறி கனவு காணாதே! மோசம் போயிடாதே.

பாரதி தண்ணீர் கொடுக்கிறான். அதை அருந்தும் போதே சின்னசாமியின் தலை சாய்ந்துவிடுகிறது. பாரதியும் செல்லம்மாவும் அழுகிறார்கள்.

காட்சி 10

எட்டயபுரம். சின்னசாமி வீடு. பகல்.

கிருஷ்ணசிவனும், அத்தை குப்பம்மாளும் உள்ளே நுழைகிறார்கள்.

அம்மாவின் நகைகளைப் பார்த்து அழுதபடி இருக்கிறான் பாரதி. உள்ளே வந்த அத்தையும் கிருஷ்ணசிவனும் கண் கலங்குகிறார்கள்.

கிருஷ்ணசிவன்

சுப்பையா!

பாரதி

சின்ன வயசிலே அம்மா போயிட்டா. இப்ப அப்பாவும் போயிட்டார். நா அனாதை ஆயிட்டேன்.

கிருஷ்ணசிவன்

நீ எப்படிடா அனாதையாக முடியும்? நாங்கள்ளாம் எங்கடா போயிட்டோம்? உன்ன காசிக்கு அழைச்சிண்டு போயி பெரிய படிப்பு படிக்க வைக்கிறேன்டா

பாரதியைக் கண்ணீர் மல்க கட்டி அணைத்துக் கொள்கிறார் கிருஷ்ணசிவன்.

காட்சி 11

காசி. கங்கை நதிக்கரை. பகல்.

கங்கை நதிக்கரையில் பக்தர்கள் நிறைந்திருக்கிறார்கள். வேதசுலோகங்கள் காற்றில் வந்த வண்ணம் இருக்கின்றன. சிறுவன் பாரதி குடுமி வைத்த சிறுவர்களோடு அமர்ந்து வேதபாராயணம் செய்து கொண்டிருக்கிறான். சிறுவன் பாரதி தன் நண்பனோடு படித்துறைக்குச் செல்கிறான். நண்பன் கரையில் நிற்க, இவன் ஆற்றில் இறங்குகிறான்.

நண்பன்

பாரதி, ஆழம் அதிகமாக இருக்கும். பாத்து

தண்ணீரில் மூழ்கிய சிறுவன் பாரதி, வாலிபனாக தண்ணீரிலிருந்து எழுந்து வருகிறான். பாரதி நண்பர்களோடு உரையாடியபடியே கரையில் நடக்கிறான்.

பாரதி

ராமு, எனக்கு கஸ்ரத் கத்துக்கணும்னு ரொம்ப நாளா ஆசை.

நண்பன்

பாரதி, நீ கவிஞனாகணும்னு ஆசைப்படற. பண்டிதனாட்டம் வேதம் படிக்கற. இப்ப பயில்வான் ஆகணும்னு சொல்ற. உன்னை என்னால புரிஞ்சுக்கவே முடியலை பாரதி

பாரதி

எனக்கும்தான் புரியலை.

பாரதி சிரிக்கிறான். எல்லோரும் சிரிக்கிறார்கள். அப்போது, சற்று தூரத்தில் நடைபெறும் ஒரு நிகழ்ச்சியைக் காண்கிறான் பாரதி.

அங்கே தயிர்க் கடையின் முன்பு தாழ்த்தப்பட்ட சிறுவனும் அவனது தந்தையும் நின்றிருக்கிறார்கள். மேல் ஜாதிக்காரன் ஒருவன் காசை தயிர்க் கடைக்காரனிடம் கொடுத்துவிட்டு தயிரை வாங்கி குடித்தபடி செல்கிறான். தாழ்த்தப்பட்டவன் காசைக் கொடுக்க வரும்போது, அந்தக் காசை கீழே வைக்கப்பட்டுள்ள தண்ணீர் பாத்திரத்தில் போடச் சொல்கிறான். தயிர்க் கடைக்காரன். தீண்டாமையை வெளிப்படுத்தும் இந்தக் காட்சி பாரதிக்கு வருத்தத்தை ஏற்படுத்துகிறது.

பாரதி நண்பர்களோடு மேலும் நடக்கிறான். படித்துறையில் நிகழும் வேறொரு காட்சியைக் கண்டு ஸ்தம்பித்து நிற்கிறான்.

பத்து வயது சிறுமியை விதவையாக்குகிற சடங்கு அங்கே நடந்து கொண்டிருக்கிறது. மொட்டையடிக்கப்பட்ட சிறுமியோடு அவள் குடும்பமே சேர்ந்து அழுகிறது.

இதையெல்லாம் பார்க்கிற பாரதிக்கு முகத்தில் கோபமும், ஆற்றாமையும் வெளிப்படுகிறது. ஏதோ முடிவெடுத்தவனைப் போல பாரதி நீருக்கருகே செல்கிறான். தன் பூணூலைக் கழற்றி கங்கையில் எறிகிறான். அவனுடன் வந்த நண்பர்கள் அதிர்ச்சியடைகிறார்கள். தமிழ் நண்பனுக்குப் பயம் ஏற்படுகிறது.

தமிழ் நண்பன்

பாரதி, என்ன செய்யற நீ?

பாரதி

காசி புனிதமான நகரம். அதுதான் என் கண்களைத் திறந்தது. நமது சமூகம் எத்தனையோ உன்னதங்களைக் கொண்டிருந்தாலும் எத்தனையோ, அநியாயங்களையும் சேர்த்து வைத்துக் கொண்டு தான் இருக்கிறது. சமஸ்கிருதம் படித்தேன். வேத, சுலோகங்களுக்கு அர்த்தம் புரிந்தது! ஆனால் தெருவில் இறங்கி நடக்கும்போது பார்க்கின்ற

கொடுமைகள் - இந்தச் சடங்குகளின் மேல் கோபத்தை ஏற்படுத்துகிறது!

தமிழ் நண்பன்

மாமா கோவிச்சுக்கப் போறார், பாரதி. எதையும் யோசிச்சு செய்.

கரைக்கு மேலே வந்த பாரதி வேகமாகச் சென்று நாவிதனின் முன்பு சம்மணமிட்டு அமர்ந்து கொள்கிறான். தமது குடுமியை எடுத்துவிடச் சொல்கிறான். மாமாவிற்கு பயந்து முதலில் தயங்கும் நாவிதன், பாரதியின் பிடிவாதத்தினால் முடியை, எடுக்க சம்மதிக்கிறான். சற்று நேரத்தில் குடுமித் தலை கிராப்புத் தலையாக மாறுகிறது. முகத்தை ஷேவ் செய்து மீசை வைக்கச் சொல்கிறான். மீசை வைக்கப்படுகிறது. நண்பர்கள் ஆச்சர்யத்தோடு பாரதியைப் பார்க்கிறார்கள். பாரதி உணர்ச்சியோடு சீக்கிய நண்பனிடம் தலைப்பாகை கட்டிவிடச் சொல்லுகிறான். சீக்கிய இளைஞனின் முகத்தில் ஆச்சரியம் காணப்படுகிறது. அவன் உற்சாகத்தோடு பாரதிக்குத் தலைப்பாகை கட்டிவிடுகிறான்.

மீசையுடனும், தலைப்பாகையுடனும் பூணூல் இல்லாத புதிய பாரதி உருவெடுக்கிறான்.

பாரதி

(உறுதியுடன்)

இது என் இன்றைய வேஷமல்ல. இது தான் இனிமேல் என் நிரந்தர ரூபம். இந்தச் சமூகத்தின் மேல் எனக்குள்ள கோபத்தைக் காட்டுகிற ரூபம்.

காட்சி 12
காசி. காசி மடம். பகல்.

காசிக்கு வருகை தந்திருக்கும் எட்டயபுரம் மகாராஜா, கிருஷ்ணசிவனின் மடத்துக்கு விருந்தினராக வந்திருக்கிறார்.

அருகில் கிருஷ்ணசிவன் மரியாதையோடு நின்றிருக்கிறார்.

மகாராஜா

கிருஷ்ணசிவன், டெல்லி தர்பாருக்கு அழைச்சிருந்தாங்க. அப்படியே காசியையும் பார்த்துட்டு போலாமேன்னு இங்க வந்தேன். இங்க வந்து பார்த்தா, நம்ம ஜனங்களுக்குச் சேவை செய்யறதுக்காக மடம் நடத்திகிட்டு இருக்கீங்க. ரொம்ப சந்தோஷமாயிருக்கு. என்ன தேவையிருந்தாலும் சொல்லுங்க., நம்ம சமஸ்தானத்திலிருந்து அனுப்பறேன். என்ன பஞ்சாட்சரம்?

பஞ்சாட்சரம்

மஹாராஜா சொன்னா சரிதான்

கிருஷ்ணசிவன்

மகாராஜாவே அதிதியா வந்திருக்கேள். அதுவே எங்களுக்கு ரொம்ப கௌரவம்.

காட்சி 12A

காசி. காசி மடம். பகல்.

கிருஷ்ணசிவன்

தமிழ் பாட்டெல்லாம் பாடுவானே! அவனை எங்கே காணோம்? நம்ம ஊர் மகாராஜாவே காத்திண்டிருக்கார். எங்கடி அவன்?

அத்தை

நம்ம ஊரானாலும் பரவாயில்ல. இந்த காசியில போய் தமிழ் பாடறவாள எங்கேன்னு தேடறது?

அப்போது புதிய ரூபத்தில் பாரதி அங்கு வருகிறான்.

கிருஷ்ணசிவன்

நில்லுடா! என்னடா வேஷம் இது. மீசையை வச்சிண்டு பூணூல் இல்லாம பாஷாண்டி மாதிரி. போடா! இந்தாத்துக்குள்ளே நீ காலடி எடுத்து வைக்கக் கூடாது, போடா. மீசையை எடுத்துட்டு, பூணூல் போட்டதுக்கப்பறம்தான் நீ இந்தாத்துக்குள்ள வரலாம்.

அத்தை, பாரதி அருகில் சென்று சாந்தமாகப் பேசுகிறாள்.

அத்தை

சுப்பையா, அத்திம்பேர் சொன்னார்னு கோவிச்சுக்காதே. உங்க அப்பா இருந்திருந்தாலும் இதைத்தான் சொல்லியிருப்பார். என்னடா இது வேஷம்? தெய்வ குத்தம் இல்லையா?

கிருஷ்ணசிவன் கோபமாகப் பார்க்க, பாரதி வெளியேறுகின்றான்.

காட்சி 12B

காசி. காசி மடம். பகல்.

பாரதி வெளியேறியதும் அத்தை குப்பம்மாள் உள்ளே வருகிறாள். பூஜை ஆரம்பிக்கிறது. அப்போது எங்கிருந்தோ ஒரு தமிழ்ப் பாடல் ஒலிக்கிறது. அனைவரும் பாடலைக் கேட்டுத் திகைக்கின்றனர். பாரதி பாடுவதை அறிந்த அவர்கள் எல்லோரும் பாடல் வந்த திசையை நோக்கி நடக்கின்றனர்.

காட்சி 13

காசி. கங்கை நதிக்கரை. பகல்.

கங்கை நதிக்கரையில் பாரதி உருக்கமாகப் பாடிக் கொண்டிருக்கிறான்.

பாடல்

எதிலும் இங்கு இருப்பான்
அவன் யாரோ?
எனக்குள் அவன் இருப்பான்
அறிவாரோ?
தவழும் நதியைத் தரித்த முடியான்
அடியும்முடியும் அறிய முடியான்
எளிய அடியர் ஓதும் வேத நாதமாகி   (எதிலும்)

வரிப்புலி அதழ் தரித்தவன்
     எழில் கண்டேன்
பிறப்பெனும் பிணி அறுப்பவன்
     துணை கொண்டேன்
தமிழ்க்கவி தரும் எனக்கொரு வரம்
     தரத் திருவுளம் வேண்டும்
சகத்தினுக்கெனை தரத்தகும் நெறி
     வகுத்திட துணை வேண்டும்

ஆலம் கருநீலம் எனத்
     திரியும் ஒரு கண்டன்
அண்டும் திருத் தொண்டன் எனும்
     அடியார்க்கு ஒரு தொண்டன்
பற்றுத்தலைக்கு நெருப்பவன்
     ஒற்றைக் கணத்தில் அழிப்பவன்
நெற்றிப் பிறைக்குள்
     நெருப்பை வளர்த்து   (எதிலும்)

கொஞ்சம் கொஞ்சமாகச் சத்திரத்தில் இருந்த அனைவரும் பாரதி அமர்ந்திருக்கும் கற்பாறையைச் சுற்றி நின்றுவிடுகின்றனர். பாட்டைக் கேட்டுப் பலரது கண்கள் நனைகின்றன. எட்டயபுரம் மகாராஜாவும் அங்கே வந்துவிடுகிறார். அவர் முகத்தில் பெருமிதம் பொங்கி வழிகிறது. பாரதி பாடப்பாட கிருஷ்ணசிவன் உணர்ச்சி

மேலீட்டால் விம்மி விம்மி அழத் தொடங்கிவிடுகிறார். குப்பம்மாளும் உணர்ச்சி வசப்படுகிறாள். பாரதி பாடி முடிக்கிறான். கிருஷ்ணசிவன் அழுதபடியே வந்து பாரதியை நெஞ்சாரத் தழுவிக் கொள்கிறார். குற்ற உணர்வோடு பாரதியைப் பார்த்து அவர் பேசுகிறார்.

கிருஷ்ணசிவன்

எங்களை மாதிரி ஆஷாட பூதிகளுக்குத்தான் குடுமியும் பூணூலும் தேவை. நீ ஞானஸ்தன். உனக்கு இதெல்லாம் தேவையில்லை. நீ வயசில சின்னவன். ஆனா எங்களையெல்லாம் விட ரொம்பப் பெரியவன். எங்களை மன்னிச்சுடு!

மகாராஜா

சுப்பையா, உன்னை நினைச்சா எனக்கு ரொம்ப பெருமையா இருக்கு. பேசாம நீ என் கூட வந்துடு. என்னோட சமஸ்தானத்துல நான் உனக்கு வேலை போட்டுத் தர்றேன்.

காட்சி 14

எட்டயபுரம். பாரதி வீடு. இரவு.

சாந்தி முகூர்த்த சடங்கிற்காக பாரதி அமர்ந்திருக்கிறான். அப்போது வயதான பெண்மணி ஒருத்தி அவனிடம் வருகிறாள். தயக்கத்தோடும் புன்சிரிப்போடும் அவள் பாரதியுடன் பேசுகிறாள்.

வயதான பெண்

சுப்பையா! பாவம் செல்லம்மா! ரொம்ப சங்கோஜமா இருக்கிறா. உன் முரட்டுத்தனத்தைக் காட்டாமல் அன்பா நடந்துக்கோ.

பாரதி சத்தம் போட்டு சிரிக்கிறான். வயதான பெண் வெளியேறுகிறாள். செல்லம்மா புதுப் பெண்ணாக,

நாணத்தோடு உள்ளே நுழைகிறாள். அவளிடம் பயம் நிறைந்து காணப்படுகிறது. பாரதி அவளை அமரச் சொல்கிறான். செல்லம்மா அமர்கிறாள். ஆனால் அவளுக்குப் பயம் நீங்கியபாடில்லை. கை இன்னும் நடுங்கிக் கொண்டுதான் இருக்கிறது. பயத்துக்கான காரணத்தைப் பாரதி அவளிடம் கேட்கிறான்.

பாரதி

செல்லம்மா, ஏன் இப்படி பயந்து நடுங்கறே?

அவள் தயக்கத்தோடு அவன் பக்கம் திரும்பாமலேயே விரலை நீட்டி தன் பயத்துக்கான காரணம் அவன் மீசைதான் என்று காட்டுகிறாள்.

பாரதி சிரிக்கிறான்.

காட்சி 15

எட்டயபுரம் அரண்மனை. பகல்.

பாரதி கம்பீரமாக அரண்மனைக்குள் நடந்து வருகிறான்.

மகாராஜா

என்ன சுப்பையா, உட்கார். அரண்மனை உத்யோகம் பிடிச்சிருக்கா?

பாரதி

உண்மையைச் சொன்னால் எனக்கு உத்யோகம் என்னவென்றே தெரியவில்லை, மகாராஜா.

மகாராஜா

திவான்! பாரதிக்கு என் தினசரி அலுவல்களைச் சொல்லவில்லையா?

திவான்

காலை 8 மணிக்கு திருப்பள்ளி எழுச்சி. 9 மணிக்கு காலை போஜனம். 10 மணிக்கு கோழிச் சண்டை பார்த்தல். பிற்பகல் ஒன்றரை மணிக்கு வெந்நீர் ஸ்நானம். இரண்டு மணிக்குப் பகல் போஜனம். மூன்று மணிக்கு நித்திரை. 5 மணிக்கு கச்சேரிக்குப் போவது - ஜனங்களிடமிருந்து விண்ணப்பங்கள் ஸ்வீகரிப்பது, 6 மணிக்கு நகர்வலம். 8 மணிக்கு இரவு போஜனம். 10 மணிக்கு நித்திரை.

பாரதி

(குழம்பியபடி)

மகாராஜா, இதிலே எனக்கு என்ன வேலை?

மகாராஜா

வேலை ஒன்றுமே இல்லாமலிருப்பதுதான் உன்னுடைய வேலை. எப்போதும் என் தோழனாக என் பக்கத்திலேயே இருக்க வேண்டும். சந்தோஷம்தானே?

காட்சி 16

எட்டயபுரம். பாரதி வீடு.

ராஜாவுடன் வெளியூர் சென்று விட்டுத் திரும்பி வருகிறான் பாரதி. வீட்டு வாசலில் இரண்டு குதிரை வண்டிகள் வந்து நிற்கின்றன. ஒன்றிலிருந்து கம்பீரமாக இறங்குகிறான் பாரதி. வண்டி நிறைய மூட்டைகள். செல்லம்மாள் மலர்ச்சியோடு பாரதியை வரவேற்கிறாள். அடுத்த வீட்டுப் பெண் ஒருத்தி அவளுடன் இருக்கிறாள்.

பாரதி

(வண்டிக்காரனைப் பார்த்து)

உள்ளே கொண்டு வா.

வண்டிக்காரன் ஒவ்வொரு மூட்டையாகக் கொண்டு சென்று கூடத்தில் வைக்கிறான்.

செல்லம்மாவுக்கு உற்சாகம் தாங்க முடியவில்லை.

அடுத்த வீட்டுப்பெண்

செல்லம்மா என்னவோ சொன்னயே உன் ஆம்பிடயானைப் பத்தி. பாத்தியா, மூட்டை மூட்டையா புடவையும் பாத்திரமும். நல்ல யோகம் தாண்டி உனக்கு.

அடுத்த வீட்டுப் பெண் சிரித்தபடியே வெளியேறுகிறாள். செல்லம்மா வீட்டினுள் வருகிறாள்.

கூடம் முழுவதும் மூட்டைகள் நிறைந்திருக்கின்றன.

மூட்டைக்குள் புடவைகளும் வெள்ளிப் பாத்திரங்களும் இருக்குமென்று நினைத்து லேசாகத் தட்டிப் பார்க்கிறாள். வண்டிக்காரன் எப்போது கடைசி மூட்டையை வைத்துவிட்டுப் போவான் என்று துடியாய்த் துடிக்கிறாள்.

செல்லம்மா

ஏன்னா, இந்த எல்லா மூட்டையும் நமக்கா?

பாரதி

ஆமா, ஆமா. ராஜா பணம் குடுத்தார். டவுன் முழுக்க சுத்தி கடை கடையா ஏறி இறங்கி வாங்கி வந்தேன்.

வண்டிக்காரன் கடைசி மூட்டையை வைத்துவிட்டு, பாரதியை நமஸ்கரித்துவிட்டு செல்கிறான். வண்டிக்காரன் போனதுதான் தாமதம் - குழந்தையைப் போல் தாவிச் சென்று மூட்டையை அவிழ்க்கிறாள். மூட்டை முழுக்க புஸ்தகங்கள். அதிர்ச்சியடைகிறாள். ஆனால் பாரதி உற்சாகத்தோடு எழுந்து சென்று அவிழ்த்த மூட்டையிலிருந்து ஷெல்லி புத்தகத்தை எடுத்துப் பிரித்து கவிதை வரிகளை ரசித்துப் படிக்க ஆரம்பித்து

விடுகிறான். செல்லம்மாள் ஒவ்வொரு மூட்டையிலும் புத்தகம் மட்டுமே இருப்பதைக் கண்டு, அதிர்ச்சி மேல் அதிர்ச்சி அடைகிறாள். கடைசி மூட்டையையும் பிரித்தாகிவிட்டது. செல்லம்மாள் எதிர்பார்த்த பொருள் எங்குமே இல்லை. ஏமாற்றம் தாங்க முடியாமல் ஓவென்று அழுகிறாள். ஷெல்லியின் வரிகளைப் படித்துக் கொண்டிருக்கிற பாரதி துணுக்குற்று, செல்லம்மாவிடம் ஓடிவருகிறான்.

பாரதி

செல்லம்மா... செல்லம்மா.. ஏன் அழுற? எதுக்காக அழுற?

செல்லம்மா

(விசும்பிக்கொண்டே)

ஏன்னா, டவுன்ல கடை கடையா ஏறி இறங்குனீங்களே.. ஒரு நகைக் கடையோ ஒரு புடவைக் கடையோ உங்க கண்ணுல தட்டுப்படவே இல்லையா?

பாரதி செய்வதறியாது தவிக்கிறான்.

காட்சி 17

எட்டயபுரம். அக்ரஹாரத் தெரு. இரவு.

மகாராஜா நகர்வலம் வருகிறார். அவரது பல்லக்கு வருவதற்கு முன்பாகத் தாரை தப்பட்டை முழங்கப்படுகிறது.

அக்ரஹாரத்திலுள்ள அனைவரும் வீட்டிலிருந்து வெளியே வந்து மகாராஜாவைப் பணிவுடன் வரவேற்கின்றனர்.

தெருவிலுள்ள மற்றவர்களைப் போல அல்லாமல், பாரதி மேல் மாடியில் தன் நண்பர்களுடன் ஷெல்லி கவிதையை வாசித்துக் கொண்டிருக்கிறான்.

பஞ்சாட்சர அய்யர்

ராஜாவைப் பாரு. கம்பீரமா வர்றார்.

மகாராஜா

(தனது உதவியாளரிடம்)

பஞ்சாட்சர அய்யர் அங்க நிக்கிறாரு. தெரியுது. நம்ம சுப்பையாவை அங்க காணலியே? ஒருவேளை மறந்திருப்பானோ?

உதவியாளன்

சுப்பையா வீடு அடுத்தடுத்த வீடுதான். இருங்க வந்துர்றோம்.

மகாராஜாவின் உதவியாளன் தனது சகாக்களோடு பாரதி பாடம் நடத்திக் கொண்டிருக்கிற மொட்டை மாடிக்குச் செல்கிறான். மகாராஜா வந்துகொண்டிருப்பதைப் பற்றி பாரதிக்கு விவரம் அறிவிக்கிறான்.

உதவியாளன்

சுப்பையா சுப்பையா மகாராஜா வலம் வந்திட்டிருக்கார்.

பாரதி

ஓய், இங்க ஷெல்லி கில்டு மீட்டிங் நடக்கிறது.

பாரதி தொடர்ந்து ஷெல்லியின் கவிதையை வாசித்துக் கொண்டிருக்கிறான். உதவியாளனோ தவிக்கிறான்.

உதவியாளன்

மகாராஜா பஞ்சாட்சரம் வீடு வரைக்கும் வந்திட்டார். அய்யர் அவருக்கு மரியாதை எல்லாம் பண்றார்.

பாரதி

பஞ்சாட்சரம் ஒரு முதுகெலும்பு இல்லாத ஜந்து. அவர் மண்டியிடுவதில் ஆச்சர்யம் ஒன்றுமில்லை.

உதவியாளன்

சுப்பையா.. மகாராஜா நம்ம வீட்டுக்கே வந்துட்டார்.

பாரதி

வரட்டுமே.

உதவியாளன்

சுப்பையா?

பாரதி

வரட்டுமே.. எனக்கு பிரியமான ஷெல்லி கவிதைகளை வாசிப்பதை விட்டுவிட்டு உங்க ராஜா முன் மண்டியிட்டு நானும் ஒரு முட்டாள் என்று பறை சாற்ற வேண்டிய அவசியம் எனக்கில்லை.

தெருவில் மகாராஜா பவனி வருகிற பல்லக்கு பாரதி வீட்டிற்கு முன் வந்து நிற்கிறது. மகாராஜா மேல் மாடியிலிருக்கும் உதவியாளனிடம் கேட்கிறார்.

மகாராஜா

சேது., சுப்பையா என்ன சொல்றான்?

உதவியாளன்

சுப்பையா உங்களை முட்டாள்னு சொல்றான்.

மகாராஜா

(கோபத்துடன்)

அப்படியா! சொல்றான்? நாளைமேலர்ந்து அவனுக்கு அரண்மனைல வேலை இல்லேன்னு சொல்லிடு.

பாரதி, மகாராஜாவை நோக்கி நடந்து வந்து அவர் முகத்தைப் பார்த்து பேசுகிறான்.

பாரதி

ராஜாவே, கோடி கோடி நமஸ்காரம். வேலை ஒன்றுமே இல்லாமல் உத்தியோகம் பார்க்கறதுபோல கொடுமை உலகத்திலேயே எதுவும் கிடையாது. நீங்க எனக்கு விடுதலை தந்திட்டீங்க.. ரொம்பவும் நன்றி மகாராஜா... IF WINTER COMES, CAN SPIRNG BE FAR BEHIND?

கீழ்தளத்தில் இதைப் பார்த்துக் கொண்டிருக்கும் செல்லம்மா அதிர்ச்சியடைகிறாள்.

பாரதி மேல் மாடியிலிருந்து உள்ளே இறங்கி வருகிறான்.

செல்லம்மா

என்ன இப்படி பண்ணிட்டிங்க? ராஜாகிட்ட கோவிச்சிக்கிட்டா நாம எப்படி பொழைக்கறது?

பாரதி

(சாதாரணமாக)

நான் எப்படி இங்கேர்ந்து விடுதலை ஆகப்போறேன்னு தவிச்சிக்கிட்டிருந்தேன். அப்பாடா ஒருவழியா அவரே என்னை நீக்கி விட்டார். மதுரைல தமிழ் வாத்தியார் வேலை காத்துக்கிட்டிருக்கு. போய் எடுத்துக்க வேண்டியதுதான்.

காட்சி 18

சென்னை. சுதேசமித்திரன் அலுவலகம். பகல்.

சுப்ரமணிய அய்யர் தனது சகா ஒருவருடன் பேசிக் கொண்டிருக்கிறார்.

சுப்ரமணிய அய்யர்

மதுரை சேதுபதி ஸ்கூல்ல ஒரு நண்பரைப் பார்க்கப் போயிருந்தேன். அங்க பாரதியைப் பார்த்தேன். மாணவர்களுக்குத் தமிழ்ப்பாடம் சொல்லிக் கொடுத்துண்டு இருந்தான். நம்ம பண்டிதர்களுக்கு வழக்கம்போல இருக்குற, குண்டுச்சட்டியில குதிரை ஓட்டுற அறிவு ஞானம் இல்லை. அவனுக்கு அபார விஷய ஞானம். அப்படியே தூக்கிப் போட்டுட்டு வந்துட்டேன். ஒரு பேசேஜ் கொடுத்தா உடனே தமிழாக்கிடுறான். ஆகா. அதைப் படிச்சுப் பாக்கும் போது நம் கண் முன்னாடியே அரவிந்தரும் விவேகானந்தரும் அப்படியே தமிழ்ல பேசற மாதிரி இருக்கு. என்னருமை என்னருமை..

பத்திரிகை அலுவலகத்தின் உட்பகுதியில் பாரதி தன் இருக்கையில் அமர்ந்து பணி செய்துகொண்டிருக்கிறான். அடுத்த இருக்கையில் இருப்பவன் பாரதியிடம் சொல்கிறான்.

அவன்

பாரதி, எங்க எல்லாரையும் விட அய்யருக்கு உம்மேல தான் ரொம்ப மரியாதை.

பாரதி

அய்யர் தர்ற மரியாதை எல்லாம் சரிதான். பிரிட்டிஷ்காரங்க செய்யற ஒவ்வொரு காரியத்தையும் பாக்கும்போது இந்தத் தேசத்துக்காகப் போராடணும், எழுதணும்னு வெறி வருது. அய்யர் மிதவாதம் பேசிக்கிட்டே என் கையைக் கட்டிப் போட்டுடறார். மொழிபெயர்ப்பு செய்தா ஆகா ஓகோங்கறார். ஆனா தலையங்கம் பக்கம் மட்டும் போக விட மாட்டேங்குறார்.

காட்சி 19

சென்னை. பாரதியின் வீடு. பகல்.

நண்பர்கள் சிலருடன் பாரதி உரையாடிக் கொண்டிருக்கிறான். செல்லம்மா வீட்டுப் பணிகளில் மூழ்கியிருக்கிறாள்.

நண்பர்

காசில காங்கிரஸ் மாநாடு நடக்கப்போகுது. அந்தச் சுப்பிரமணி அய்யரோட நீங்களும் போகப் போறீங்களா?

பாரதி

அவரு ஒரு வழவழா.. அவர் கூட வேண்டாம். நாம எல்லாம் தனியா போவோம். நாம கல்கத்தா போயி நிவேதிதா தேவியைத் தரிசிக்கணும்.

வேறொருவர்

நிவேதிதா தேவியா? யாரது?

பாரதி

முன்னால பிரிட்டிஷ்காரி. ஆனா இப்போ விவேகானந்தரோட சுவீகார புத்திரி. நம்ம தேசத்து மேல அந்தப் புண்ணியவதிக்கு அப்படியொரு பக்தி. பேச்சிலும் மூச்சிலும் அக்னி சொரூபி.

நண்பர்கள் எழுந்து நிற்கிறார்கள்.

நண்பர்கள்

நாங்க கிளம்பறோம் பாரதி.

பாரதி வற்புறுத்தி எல்லோரையும் உட்கார வைக்கிறான்.

பாரதி

எல்லோரும் சாப்பிட்டுத்தான் போகணும்.. உட்காருங்க உட்காருங்க.. *(உட்பக்கமாக திரும்பி)* செல்லம்மா செல்லம்மா நண்பர்கள் வந்திருக்காங்க. சாப்பாடு தயார் பண்ணு.

செல்லம்மா

(பாரதியிடம்)

ஏன்னா, ஒரு நிமிஷம்.

பாரதி அவளருகே செல்கிறான். தயங்கிக் கொண்டே செல்லம்மா கேட்கிறாள்.

செல்லம்மா

வேற ஜாதிக்காரா இருப்பா போலிருக்கே.

பாரதிக்குக் கோபம் பொத்துக் கொண்டு வருகிறது. 'பளார்' என்று அறைந்து விடுகிறான். சிறிது நேரத்திலேயே அதை மறந்துவிட்டு செல்லம்மா சாப்பாடு ஏற்பாடு செய்கிறாள். பாரதி தன் நண்பர்களைக் காண நடுக் கூடத்துக்கு செல்கிறான். அவர்கள் முன்னமேயே வெளியே சென்றுவிட்டிருக்கிறார்கள்.

காட்சி 20

கல்கத்தா. நிவேதிதா தேவி தங்கியிருக்கும் வீடு. பகல்.

நிவேதிதாவைக் காணச் செல்கிறான், பாரதி. படிக்கட்டுகளிலிருந்து நிவேதிதா இறங்கி வருகிறார்.

பாரதி

நமஸ்தே. ஐயாம் சுப்பிரமணிய பாரதி.

நிவேதிதா தேவி

I GOT YOUR LETTER. WELCOME

இருவரும் அமர்கிறார்கள்.

நிவேதிதா தேவி

I WAS TOLD THAT YOU HAVE COME TO KASI CONFERENCE தனியாகவா வந்தாய்?

பாரதி

இல்லை சென்னை நண்பர்களோடு வந்தேன்.

நிவேதிதா

நான் அதைக் கேட்கவில்லை. உன் மனைவியை அழைத்து வரவில்லையா?

பாரதி

காங்கிரஸ் மாநாட்டில் பெண்... அவள் என்ன செய்யப் போகிறாள்?

நிவேதிதா

ஆணாகிய நீ என்ன செய்து விட்டாய்? முகத்துக்கு இரண்டு கண்களைப் போலத்தான் ஆணும் பெண்ணும். வலது கண் பார்ப்பது எல்லாம் இடது கண்ணும் பார்க்கமுடியும். ஆனால் ஒரு கண்ணை மூடிக் கொண்டு உலகைப் பார்த்தால் எல்லாம் தட்டையாகத் தான் தெரியும். INDIANS HAVE GREAT STRENTH. BUT ஜாதி மதம் என்று சக்தியை வேஸ்ட் செய்கிறார்கள். இந்தியாவுக்கு விடுதலை வாங்க உங்களுக்குத் தேவை தைரியம் மட்டும்தான். IF NECESSARY, YOU SHOULD BE COURAGIOUS ENOUGH TO KILL WHITE PEOPLE LIKE ME.

நிவேதிதா தேவி, ஆலிலை ஒன்றைப் பாரதிக்கு அன்பளிப்பாக அளிக்கிறார்.

காட்சி 21

சென்னை. பாரதி வீடு. பகல்.

பாரதி குழந்தையைக் கொஞ்சிக் கொண்டிருக்கிறான். செல்லம்மா அம்மியில் எதையோ அரைத்துக் கொண்டிருக்கிறாள்.

பாரதி

நிவேதிதா தேவியைச் சந்தித்தபிறகுப் புதிய பாரதியாக திரும்பி வந்திருக்கேன்.

செல்லம்மா

என்ன சொல்றேள் நீங்க?

பாரதி

மனைவியைச் சமமா மதிக்காம மூர்க்கத்தனமா உன்னை நான் எத்தனை தடவை அடிச்சிருப்பேன்? என்னை மன்னிச்சுடு செல்லம்மா

செல்லம்மா

(இயல்பாக)

புருஷன்னா ஆம்படையாளை அடிக்கத்தான் செய்வா. அதுல என்ன தப்பு?

பாரதி

செல்லம்மா, பெண்களுக்கு இருக்குற இந்த மனோபாவம், ஆண் அகம்பாவத்தை விட கொடுமையானது. இது மாறணும். மாத்தியே ஆகணும். நிவேதிதா தேவி இதைமட்டும் சொல்லலை. சுதந்திரம் வேணும்னா தீவிரமா

செயல்படணும்னு சொன்னாங்க. அதனால சுதேசமித்ரன் வேலய வேண்டாம்னு முடிவு செய்திட்டேன்.

செல்லம்மா

அப்புறம் சாப்பாட்டுக்கு என்ன பண்றது?

பாரதி

அடி அசடே, மண்டையம் குடும்பம் என்னை வைத்து இந்தியா பத்திரிகை நடத்தப் போறாங்க. இனிமே பார் என் முழக்கத்தை. நானும் சிதம்பரம் பிள்ளையும் சுப்பிரமணிய சிவாவும் சூரத் மாநாட்டுக்குப் போய் லோக மானிய திலகரைச் சந்திக்கப் போறோம்.

காட்சி 22

சூரத். மாநாட்டுப் பந்தல். பகல்.

காங்கிரஸ் மாநாடு நடந்து கொண்டிருக்கிறது. திலகர் உணர்ச்சிவசமாக உரையாற்றிக் கொண்டிருக்கிறார்.

திலகர்

சுதந்திரம் எனது பிறப்புரிமை. அதை அடைந்தே தீருவோம். வந்தே மாதரம்!

பாரதியையும் சிதம்பரம் பிள்ளையையும் திலகர் கட்டி அணைக்கிறார்.

அனைவரும்

லோகமானிய திலகருக்கே ஜே!

பாரதியும் குழுவினரும் சென்னைக்குத் திரும்புகிறார்கள். ரயிலில் வரும் போது உணர்ச்சி பொங்க பாரதியும் பிறரும் பாரதியின் வந்தே மாதரம் பாடலைப் பாடுகின்றனர்.

பாடல்

வந்தே மாதரம் ஜய வந்தே மாதரம்
வந்தே மாதரம் ஜய வந்தே மாதரம்

ஆரிய பூமியில் நாரியரும் நர
சூரியரும் சொலும் வீரிய வாசகம் வந்தே மாதரம்
நொந்தே போயினும் வெந்தே மாயினும்
நந்தே சத்தர் உவந்தே சொல்வது வந்தே மாதரம்

ஒன்றாய் நின்றினி வென்றாயினும் உயிர்
சென்றாயினும் வலி குன்றாது ஓதுவம் வந்தே மாதரம்
சோதரர்காள் நிறை மாதரிர் யாவரும்
ஆதரவொடு பல தீதற வோதுவம் வந்தே மாதரம்
தாயே! பாரத நீயே வாழிய!
நீயே சரணினி நீயே எமதுயிர் வந்தே மாதரம்
ஜய ஜய பாரத ஜய ஜய பாரத ஜய ஜய பாரத
ஜய ஜய ஜய ஜய வந்தே மாதரம்

ஒன்றுபட்டால் உண்டு வாழ்வே - நம்மில்
ஒற்றுமை நீங்கில் அனைவர்க்கும் தாழ்வே
நன்றிது தேர்ந்திடல் வேண்டும் - இந்த
ஞானம் வந்தாற்பின் நமக்கெது வேண்டும்.
வந்தே மாதரம் ஜய வந்தே மாதரம்
வந்தே மாதரம் ஜய வந்தே மாதரம்

காட்சி 23

பாரதி வீடு. வெளிப்பகுதி. இரவு.

மண்டையம் அய்யங்கார் மற்றும் பாரதியின் நண்பர்கள் தீவிர ஆலோசனையில் இருக்கிறார்கள். செல்லம்மாவின் அண்ணன் அப்பாதுரையும் அங்கே இருக்கிறார்.

நண்பர் 1

வ உ சிதம்பரம் பிள்ளையையும் சுப்பிரமணிய சிவாவையும் அரஸ்ட் பண்ணீட்டாங்க. நம்ம ஆர்யாவையும் ஜெயில்ல போட்டுட்டாங்க. எந்த நேரத்துலயும் பாரதிக்கு வாரண்ட் வரலாம்.

மண்டையம்

இதுக்கு ஒரே ஒரு வழிதான் உண்டு. பாரதி தலைமறைவு ஆகிடணும்.

நண்பர் 2

பாரதியைப் பாண்டிச்சேரிக்கு அனுப்பிட்டா என்ன? அங்க பிரெஞ்சுக்காரன் ஆள்றான். பிரிட்டிஷ்காரன் தொந்தரவு இல்லாம, அங்க அவர் நிம்மதியா இந்தியா பத்திரிகையை நடத்தலாம்.

மண்டையம்

அதுவும் சரிதான்.

செல்லம்மா காபியுடன் வருகிறாள்.

மண்டையம்

வாம்மா.

மண்டையம்

செல்லம்மாவோட தமையனார் அப்பாதுரை இருக்கார். பேசாம செல்லம்மாவை பிரசவத்துக்கு கடையத்துக்கே அனுப்பிச்சுடலாம். என்ன பாரதி? பாரதியை பாண்டிச்சேரிக்கு அனுப்பிடலாம். அங்க என் சினேகிதர் குப்புசாமி அய்யங்கார் இருக்கார். பெரிய பிசினஸ்மேன். பாரதி தங்கறதுக்கு என்ன ஏற்பாடு வேண்டுமோ அத்தனையும் அவர் பண்ணிடுவார்.

காட்சி 24

பாண்டிச்சேரி. குப்புசாமி அய்யங்கார் வீடு. பகல்.

குப்புசாமி

பாட்டுக்காரரா நீங்க? உட்காருங்கோ. வியாபாரியானாலும் பாட்டுன்னா எனக்கு ரொம்ப இஷ்டம். சொந்த வீடு மாதிரி இந்த வீட்டை நீங்க நினைச்சுக்கங்க. பாடணும்னு தோணுனா, எந்தக் கவலையும் படாம நீங்க தாராளமா பாடலாம்.

தட தடவென்று பிரஞ்ச் போலீஸ் உள்ளே நுழைகிறது. இன்ஸ்பெக்டர் ஒருவனும் போலீஸ்காரர்கள் மூவரும் வருகிறார்கள். பாரதி ஓடிச் சென்று உள்ளே ஒரு அறையில் ஒளிந்து கொள்கிறான்.

இன்ஸ்பெக்டர்

நீங்க தானே குப்புசாமி அய்யங்கார்?

குப்புசாமி அய்யங்கார்

ஆமா ஆமா. *(குப்புசாமி தலையாட்டுகிறார்.)*

போலீஸ்காரர்கள் வீடு முழுவதும் சென்று தேடுகிறார்கள். பாரதி ஒளிந்திருக்கும் இடத்தை அவர்களால் கண்டுபிடிக்க முடியவில்லை.

போலீஸ்காரன் 1

சாமி. வெடிகுண்டு வீசற பயங்கரவாதி ஒருத்தன் வந்திருக்கான். அவனுக்கு நீங்க அடைக்கலம் கொடுத்துடாதீங்க சொல்லிட்டேன்.

குப்புசாமி 'மாட்டேன்' என்று தலையசைக்கிறார்.

போலீஸ்காரன் 2

அப்படி அவனுக்கு அடைக்கலம் கொடுத்தீங்கன்னா வாழ்நாள் பூரா ஜெயில்ல இருக்கணும். ஜாக்கிரதை.

கடுமையாக எச்சரித்துவிட்டு போலீஸ்காரர்கள் வெளியேறுகிறார்கள்.

குப்புசாமி அய்யங்காருக்குப் பயத்தினால் உடலே ஆடிப்போகிறது.

போலீஸ் வெளியேறியவுடன் மறைவிடத்திலிருந்து வெளியே வருகிறான், பாரதி.

பரிதாபமாக நிற்கும் குப்புசாமி அய்யங்காரைப் பார்த்து பாரதி பேசுகிறான்.

பாரதி

சர்க்கார் விரோதி, வெடிகுண்டு வீசும் பயங்கரவாதி என்று போலீஸ் சொன்னானே, அந்த ஆள் நாந்தான். ஆனா எனக்கு வெடிகுண்டு வீச தெரியாது. பாட்டுப் பாடத்தான் தெரியும். ஒருவேளை என் பாட்டைத்தான் அவன் வெடிகுண்டு என்று சொன்னானோ? நெஞ்சு பொறுக்குதில்லையே இந்த நிலைகெட்ட மனிதரை நினைத்து விட்டால்.. அஞ்சி அஞ்சி சாவார். இவர் அஞ்சாத பொருள் இல்லை அவனியிலே.

குப்புசாமி அய்யங்காருக்கு அழுகையே வந்து விடுகிறது.

பாரதி

ஓ வெடிகுண்டுக்கு பதில் கண்ணீர் புகை வீசிட்டேனோ? பயப்பட வேண்டாம். என்னால் உங்களுக்கு ஒரு தொந்தரவும் வராது. இந்தியா பத்திரிகை நடத்தத்தான் நான் இங்கே வந்திருக்கேன். இங்கே எனக்கு நண்பர்கள் இருக்கிறார்கள். அவர்கள் என்னைக் கவனித்துக் கொள்வார்கள்.

காட்சி 25

சென்னை. போலீஸ் அதிகாரியின் அறை.
பகல்.

இரண்டு போலீஸ்காரர்கள் அதிகாரியின் முன் வந்து நிற்கிறார்கள்.

அதிகாரி

YOU ARE MR.IBRAHIM, YOU ARE MR.NAIDU

இருவரும் விறைப்பாக சல்யூட் அடிக்கிறார்கள்.

அதிகாரி

ONE MR.SUBRAMANIYA BHARATHI HAS ESCAPED TO PONDICHERRY. HE IS AN ENEMY OF THE ENGLISH. THE DETAILS ARE IN THIS FILE. YOU SHOULD GO TO PONDICHERRY TO WATCH HIS ACTIVITIES IN MAFTI AND REPORT HIS WHERE ABOUTS REGULARLY TO THIS OFFICE. GENTLEMEN, YOU HAVE TO USE YOUR BRAIN PROPERLY.

இருவரும்

யெஸ், சார்.

காட்சி 26

பாண்டிச்சேரி. இந்தியா பத்திரிகை அச்சகம்.
பகல்.

பத்திரிகை அச்சாகிக் கொண்டிருக்கிறது. பாரதி தனது இருக்கையில் அமர்ந்து புத்தகம் ஒன்றைப் படித்துவிட்டு கோபமாகப் பேசுகிறான்.

பாரதி

இந்திய தேசத்தில் ஜனங்க பட்டினி கிடக்கறாங்க. பிரிட்டீஷ்காரன் என்னடான்னா, கோதுமையை இங்கிருந்து வெளி தேசத்துக்கு ஏற்றுமதி செய்றான். இது அராஜகம் இல்லையா? இது வஞ்சனை இல்லையா? இதை நான் எழுதாம விடப்போறதில்லை.

தீவிரமாகப் பாரதி எழுதத் துவங்குகிறான்.

காட்சி 26A

பாண்டிச்சேரி. தெருப்பகுதி. பகல்.

மப்டியில் இப்ராஹிமும், நாயுடுவும் சோர்வோடு வந்து அங்கே ஒரு திண்ணையில் அமர்கிறார்கள்.

இப்ராஹிம்

யப்பா... நாயுடு. ஊர் பூரா சுத்தியாச்சி. இந்தச் சுப்ரமணிய பாரதியை நாம எங்க போய் கண்டு பிடிக்கிறது?

காட்சி 26B

பாண்டிச்சேரி. இந்தியா பத்திரிகை அச்சகம். பகல்.

பாரதி, குழந்தை யதுகிரியுடன் விளையாடிக் கொண்டிருக்கிறான். இந்தியா பத்திரிகை அதிபரான மண்டையம் அய்யங்கார் பாரதியிடம் விசாரிக்கிறார்.

மண்டையம்

பாரதி, கடையத்துலயிருந்து செல்லம்மாவை இன்னும் கூட்டிட்டு வரலியா?

பாரதி

இங்கதான் என்னைக் கவனிச்சுக்க குவளை இருக்கானே, எங்கிருந்தோ வந்தான், என் பாட்டைச் சுதி இல்லாம பாடி பாடி என் உயிரை எடுக்கறான்.

காட்சி 26C

பாண்டிச்சேரி. தெருப்பகுதி. பகல்.

குவளை குதூகலத்துடன் பாரதி பாடலைப் பாடிக் கொண்டு நடந்து வருகிறான். அங்கு திண்ணையில் அமர்ந்திருக்கும் மப்டி போலீஸ்காரர்களின் காதுகளில் அந்தப் பாட்டு சென்று விழுகிறது.

குவளை

எந்தையும் தாயும் மகிழ்ந்து குலாவி இருந்ததும் இந்நாடே.

குவளை பாடிக் கொண்டே செல்கிறான். தன் கையிலிருக்கும் புத்தகத்தைப் புரட்டிப் பார்க்கிற இப்ராஹிம் எதையோ கண்டுபிடித்து விட்டதைப் போல துள்ளுகிறார்.

இப்ராஹிம்

நாயுடு, சுப்பிரமணிய பாரதி கிடைச்சிட்டான்.

நாயுடு

எதை வச்சு சொல்றீங்க?

இப்ராஹிம்

இது அந்த ஆள் போட்ட புத்தகம். இவன் அதே பாட்டைத்தான் பாடிட்டுப் போறான்.

நாயுடு

சரிதான். சுப்பிரமணிய பாரதிக்குத் தலைப்பாகையும் மீசையும் இருக்கறதா நம்ம ரிக்கார்டு சொல்லுதே.

இப்ராஹிம்

உன்னை எவன்யா உளவுத்துறைல சேர்த்தது? ஏய்யா, தேசம் விட்டு தேசம் வந்து ஒளிஞ்சு வாழ்றவன், அதே மீசை அதே தலைப்பாயோட நாந்தான் பாரதி என்னை வந்து அரஸ்ட் பண்ணுங்கன்னு சொல்வானா? இப்ப நாம மப்டில வர்ல? அதே மாதிரிதான் அவனும் மப்டில போறான்.

நாயுடு

கைது பண்ணிடலாமா?

இப்ராஹிம்

மறுபடியும் தொல்லை, நம்ம ஆபீசர் அவனைப் பின் தொடரச் சொன்னாரே தவிர அரஸ்ட் பண்ணச் சொல்லல. வா பின்னாடியே போவோம்.

குவளை பாடுவதை ரசிப்பதைப் போல் அவர்கள் இருவரும் பின் தொடர்ந்து செல்கிறார்கள்.

காட்சி 26D

இந்தியா பத்திரிகை அச்சகம். பகல்.

பாரதியின் ரசிகர்களாக இருப்பதால்தான் தன்னை அவர்கள் பின் தொடர்வதாக குவளை நினைக்கிறான். இந்தியா அச்சகத்தை அடைந்தவுடன், குவளை அவர்களிடம் சொல்கிறான்.

குவளை

பாரதி உள்ளதான் இருக்கார் வாங்கோ வாங்கோ.

இப்ராஹிமும், நாயுடுவும் பின் தொடர்கிறார்கள்.

குவளை பாடிக் கொண்டே அச்சகத்திற்குள் நுழைகிறான்.

பாரதி (மண்டையத்திடம்)

சுதியில்லாம பாடுவான்னு சொன்னேனே பாருங்க இப்படித்தான்.

குவளை

உங்களுக்கு நான் பாடுனாத்தான் பிடிக்காது. இப்ப நான் தெருவுல பாடிட்டு வர்றப்ப ரெண்டு பேரு என்னமா ரசிச்சுண்டு, என் பின்னாடியே வந்துட்டா தெரியுமா?

பாரதி

நீ பாடுறதைக் கூட ரசிக்கிறாங்களா? அந்த மகா புருஷர்களை நானும் பாக்கணுமே?

வெளியே வந்த இருவரும் அவர்களைத் தேடுகிறார்கள்.

குவளை

இங்கதான் இருந்தா அதுக்குள்ள எங்க போயிட்டா?

பாரதியின் பார்வையில் போலீஸ் இருவரும் செடிக்குப் பின்னால் மறைந்திருப்பது தெரிந்து விடுகிறது. ஆனால் பாரதி அதை வெளிக்காட்டவில்லை.

பாரதி

அவங்க போகட்டும் நாம சாப்பிடலாம். கை அலம்ப தண்ணி கொண்டு வா.

இன்னும் கொண்டு வா.

மேலும் மேலும் தண்ணீரை வாங்கி பாரதி செடிக்குப் பின்னால் இருக்கும் போலீஸ் மீது தொடர்ந்து ஊற்றுகிறான். தங்கள் மேல் தண்ணீர் பலமாக விழுவதைத் தாங்க முடியாமல் இருவரும் வெளியே வந்து ஓடி மறைகிறார்கள்.

குவளை

இவா ஏன் இப்படி ஓடுறா?

பாரதி

குவளை பாடலை ரசிக்கிறாங்கன்னு சொன்னப்பவே ஏதோ கோளாறுன்னு நினைச்சேன். கிராப்புத் தலைய பார்த்த உடனே புரிஞ்சு போச்சு. உளவு பாக்கத் தெரியாத உளவுக்காரங்க இவங்கன்னு.

காட்சி 27

இந்தியா பத்திரிகை அச்சகம். பகல்.

போலீஸ் படை உள்ளே நுழைந்து அங்கே உள்ள பத்திரிகை பிரதிகளையும், கார்ட்டூன்களையும் தீயிட்டு அழிக்கிறார்கள். இந்தியா பத்திரிகைக்கு சீல் வைக்கப்படுகிறது.

காட்சி 28

பாண்டிச்சேரி. தோப்பு பகுதி. இரவு.

இந்தியா பத்திரிகை மூடப்பட்டுவிட்டதால், பாரதியும் நண்பர்களும் விரக்தியுடன் கூடியிருக்கிறார்கள். வ.ரா. ஹரிஹர சர்மா, கனக சுப்புரத்தினம் முதலானோர் தங்களுக்குள்ள வருத்தத்தை வெளிப்படுத்துகிறார்கள்.

வ.ரா

இந்தியா பத்திரிகை நின்னு போச்சு.. பிரிட்டிஷ்காரங்களுக்கு பிரஞ்ச் சர்க்கார் துணை போயிடுச்சு. பாரதி பாட்டை பிரசுரிக்க யாரும் முன் வர மாட்டேங்குறாங்க.

சர்மா

அவங்க மேல எனக்கு எரிச்சலும் கோபமும் வருது.

பாரதி உணர்ச்சியுடன் பேசத் துவங்குகிறான்.

பாரதி

நீங்க பச்சைக் குழந்தைங்க. எந்த மாதிரியான உலகத்துல நாம வாழ்ந்துட்டு இருக்கோம்னு உங்களுக்குப் புரியல. ஸ்ரீகிருஷ்ண தோத்திரம்னு ஒரு பாட்டு நான் எழுதியிருக்கேன் தெரியுமா?

சுப்புரத்தினம்

என்று தணியும் இந்த சுதந்திர தாகம் என்று மடியும் எங்கள் அடிமையின் மோகம்

பாரதி

தோத்திரம்னா நம்ம ஜனங்களுக்கு என்ன தெரியுமா? நானும் என் குடும்பமும் ஷேமமா இருக்கணும். பணம் கூரையைப் பிச்சுக்கிட்டு கொட்டணும். எமன் நம்ம வீட்டுப் பக்கம் வராமயே இருக்கணும். இப்படியெல்லாம் எழுதுனா அற்புதமான தோத்திரம்னு சொல்லி போட்டி போட்டுக்கிட்டு எல்லாரும் பிரசுரிக்க வருவாங்க. நா தேசத்திற்கு தோத்திரம் பாடுறேன். அடிமைத்தனம் ஒழியாதான்னு வேண்டுறேன். எவன் இதை பிரசுரிச்சு கவர்மெண்டுக்கு விரோதியாவான்? நம்ம தேசத்துல தேசபக்தி கள்ளக் காதல் ஆயிடுச்சு ஓய். ரகசியமாத்தான் தேச பக்தியைக் காட்டுறாங்க.

காட்சி 29

பாண்டிச்சேரி. பாரதி வீடு. பகல்.

அப்பாதுரையும் செல்லம்மாவும் குழந்தைகளுடன் உள்ளே வருகிறார்கள். குவளையும் உடனிருக்கிறான். அப்பாதுரை சோர்வாக அமர்கிறான்.

அப்பாதுரை

செல்லம்மா ரொம்ப பசிக்கறது. ஆகாரம் எதாவது பண்ணும்மா.

செல்லம்மா அடுக்களைக்குள் செல்கிறாள். ஒவ்வொரு பாத்திரமாகத் திறந்து பார்க்கிறாள். பலசரக்கு ஒன்றும் அங்கில்லை.

செல்லம்மா

(குவளையிடம்)

ஆத்துல அரிசி பருப்பு ஒண்ணுமேயில்லையா?

குவளை

இந்தியா பத்திரிகைக்கு சீல் வச்சுட்டான். சம்பாத்தியமே நின்னு போயிடுத்து.

செல்லம்மாவுக்கு எரிச்சலும் கோபமும் வருகிறது. அப்பாதுரையிடம் முறையிடுகிறாள்.

செல்லம்மா

மாப்பிள்ளையப்பத்தி பெருசா பீத்திக்கிறேளே? இங்க பாருங்க என்ன வச்சிருக்காங்கன்னு. வயித்துப் பாட்டுக்கே திண்டாட்டமா இருக்குற இந்த நரகத்துல என்னைக் கொண்டு வந்து தள்ளிட்டீங்களே? இந்த ரெண்டு பொண்ணுங்களையும் வச்சிண்டு நா என்ன பண்ணப் போறேன் சொல்லுங்கோ.

காட்சி 30

பாண்டிச்சேரி. தோப்பு பகுதி. பகல்.

பாரதியும் நண்பர்களும் உரையாடிக் கொண்டிருக்கிறார்கள். அப்போது பாரதியைத் தேடி தபால்காரர் வருகிறார்.

தபால்காரர்

அய்யா நீங்க இங்கதான் இருக்கீங்களா? நான் எங்க எல்லாம் தேடிட்டு வர்றேன். உங்களுக்கு மணியார்டர் வந்திருக்கு

சுப்புரத்தினம்

எங்க இருந்து வந்திருக்கு. ஓ சுதேசமித்ரனிலிருந்து வந்திருக்கு. அந்தக் கட்டுரை வெளியானது இல்லீங்களா.. அதுக்காக..

பாரதி கையொப்பமிடுகிறான். தபால்காரரர் மணியார்டர் பணத்தை அவனிடம் தந்து விட்டு செல்கிறார்.

அப்போது சற்று தூரத்தில் மாம்பழம் விற்கிற ஒரு பெண் தனக்குத் தானே வருத்தமுடன் பேசிச் செல்வது பாரதியின் காதுக்கு கேட்கிறது.

மாம்பழக்காரி

காலைலேர்ந்து நடையா நடக்கறேன். பழம் ஒண்ணு கூட விக்கலை. என்ன செய்யப் போறேனோ வாங்குன பழம் அப்படியே இருக்கு.

மாம்பழக்காரியின் புலம்பலைக் கேட்ட பாரதி அவளைக் கூப்பிடுகிறான்.

பாரதி

பழக்காரம்மா இங்க வா.. கூடைய எறக்கு. என்ன பொலம்பிக்கிட்டே போற?

மாம்பழக்காரி

இன்னிக்கு பழம் ஒண்ணுகூட விக்கலைங்க. பொழுதுக்குப் போயி உலை வைக்கிறது எப்படின்னு புலம்பிட்டு போறேன்.

பாரதி

அதென்ன? நாம் இருக்கும்போது அப்படி சொல்லிட்ட? உன் பசி நமது பசி இல்லையா?

பாரதி தன்னிடமிருந்த எல்லா காசுகளையும் அவளிடம் தந்துவிட்டு பழங்கள் முழுவதையும் வாங்கி அனைவரிடமும் கொடுக்கிறார்.

பாரதி

சுப்புரத்தினம் இந்தாங்க. வ.ரா. இந்தாங்க. சர்மா வாங்கிக்க.

ஊரிலிருந்து வந்த அப்பாதுரையை அங்கே அழைத்து வருகிறான் குவளை. அவர்களிடமும் பழங்களைத் தருகிறான் பாரதி.

குவளை

அங்க ஆத்துல மாமியும் குழந்தைகளும் காத்திண்டிருக்கா. இங்க நீர்....

பாரதி

(அப்பாதுரையிடம்)

கடையத்துல எல்லாம் சௌக்கியம்தானே?

அப்பாதுரை

சௌக்கியம்தான்.

மாம்பழக்காரி, பாரதி கொடுத்த காசுகளை எண்ணிப் பார்த்துவிட்டு அதிகமாக இருக்கிற இரண்டு ரூபாய்களைப் பாரதியிடம் தருகிறாள்.

மாம்பழக்காரி

அய்யா நீங்க ரெண்டு ரூபா கூடுதலா கொடுத்திருக்கீங்க.

பாரதி

உனக்கு எத்தனை குழந்தைங்க?

மாம்பழக்காரி

ரெண்டு பொண்ணுங்க.

பாரதி

நமக்கும் அப்படியே, அவங்களுக்கு ஆளுக்கு ஒரு ரூபா கொடு.

மாம்பழக்காரி

சாமி மகராஜன் நீங்க நல்லா இருக்கணும்.

காட்சி 31

பாண்டிச்சேரி. பாரதி வீடு. இரவு.

செல்லம்மாவும் குழந்தைகளும் தூங்கிக் கொண்டிருக்கிறார்கள். பாரதி மட்டும் விளக்கொளியில் கவிதை எழுதிக் கொண்டிருக்கிறான். ஒவ்வொரு வரி எழுதும்போதும் அவன் விம்மி விம்மி கண் கலங்குகிறான்.

கரும்புத் தோட்டத்திலே.. கரும்புத் தோட்டத்திலே அவர் கால்களும் கைகளும் சோர்ந்து விழும்படி வருந்துகின்றனரே.. ஹிந்து மாதர் தம் நெஞ்சு கொதித்து கொதித்து மெய் சுருங்குகின்றனரே! அவர் துன்பத்தைத் தீர்க்க வழியில்லையோ ஒரு மருந்து இதற்கு இல்லையோ..

பாரதியினால் அழுகையைக் கட்டுப்படுத்த முடியவில்லை. அவனது விம்மலைக் கேட்டு விழித்தெழுகிற செல்லம்மா மிரட்சியோடு பாரதியைப் பார்க்கிறாள். பதறிப்போய் கேட்கிறாள்.

செல்லம்மா

என்னாச்சு? ஏன் அழறேள்?

பாரதி

பிஜித்தீவில் ஸ்திரிகள் கஷ்டப்படுவதைப் பற்றி பாட்டெழுதிகிட்டு இருக்கேன். துக்கம் தாள முடியல.

செல்லம்மா

(சலிப்புடன்)

எங்கோ தூர தேசத்துல யாரோ பட்டினியால கஷ்டப்படுறதுக்காக நீங்க அழறேள். இங்கே நமக்கு மட்டும் என்னவாம்? பட்டினியால நாமளும்தானே கஷ்டப்படுறோம். நமக்காக யார் அழுவா?

பாரதி

(உறுதியுடன்)

செல்லம்மா, உன் புருஷன் சுப்பையா ஒரு ஏழை. அவன் குடும்பம் பட்டினியாய் கிடந்து சாகிறது சாகட்டும். ஆனால் பாரதி ஏழை இல்லை. அவன் உயர்ந்த பீடம் ஒன்றில் அமர்ந்து இந்த உலகத்தைப் பார்த்துக் கொண்டிருக்கிறான்.

காட்சி 32

பாண்டிச்சேரி. வவேசு அய்யரின் பயிற்சி பட்டறை. இரவு.

வாள் பயிற்சியில் வவேசு அய்யரின் தொண்டர்கள் ஈடுபட்டிருக்கிறார்கள். நாகசாமி, மற்றொருவரோடு பயிற்சியைப் பார்த்துக் கொண்டிருக்கிறான்.

பயிற்சி ஆரம்பிக்கும் முன், எல்லோரும் காளி சிலையின் முன்நின்று உறுதிமொழி எடுத்துவிட்டு பயிற்சியைத் தொடர்கிறார்கள்.

கோரஸ்

தேவி மீது ஆணை பாரத மாதா விடுதலைக்காக, என் உயிரையும் உடமையையும் தருவேன். ஜெய் காளி ஜெய் பாரத மாதா

ஒருவன்

நாகசாமி, தாடி வச்சிருக்காரே அவர் யாரு?

நாகசாமி

வ.வே.சு அய்யர் . ஐரோப்பாவில பெரிய படிப்பெல்லாம் படிச்சுட்டு இந்தியாவுக்கு வந்திருக்காரு. இந்தப் பயிற்சிக்கெல்லாம் காரணம் அவர் தான்

அப்போது பாரதியும் வராவும் சர்மாவும் அங்கே வருகிறார்கள். பாரதியை வ.வே.சு அய்யர் வரவேற்கிறார்.

வ.வே.சு அய்யர்

வா பாரதி ஐரோப்பாவிலிருந்து உயிரைப் பணையம் வைத்து இந்தியா வந்தது எதற்காக? சாத்வீகமான முறையில் பிரிட்டிஷ்காரர்களை இந்த நாட்டை விட்டு துரத்த முடியாது. ஆனால் என் சீடர்கள் அவர்களை இந்த உலகத்திலேர்ந்து துரத்தி விடுவார்கள். (பாரதி ஏக்கத்தோடு வாள் பயிற்சியைப் பார்த்துக் கொண்டு நிற்பதைப் பார்த்து) பாரதி ஏன் இங்கியே நின்னுட்டிருக்கே? ஓ பாரதிக்கு வாள் சுழற்ற ஆசையா? ரங்கசாமி, இங்க வா பாரதிக்கு வாள் சுழற்ற கத்துக்கொடு. பாரதிக்கு வாள் சுழற்ற சொல்லித் தருகிறார்கள். முதலில் சாதாரணமாக வாள் சுழற்ற ஆரம்பித்தவன் திடீரென்று சாமி வந்தவன் போல வாளை வேகமாகச் சுழற்ற ஆரம்பிக்கிறான். வெள்ளைக்காரன் எதிரில் இருப்பதைப் போல் பாவனை செய்துகொண்டு ஏசவும் செய்கிறான்.

பாரதி

வெள்ளைக்காரனே வெள்ளைக்காரனே! நாங்கள் முப்பது கோடி ஜனங்களும் நாய்களோ பன்றி

சேய்களோ? நாய்களோ பன்றி சேய்களோ? நீங்கள் மட்டும் மனிதர்களோ?

பாரதி வெறியுடன் வாள் வீசுவதைக் கண்டு எல்லோரும் பயந்து விடுகிறார்கள். பயிற்சியாளர் பக்குவமாக அவரிடமிருந்து வாளைப் பறித்துவிடுகிறார். வாளைப் பறித்தவுடன், பாரதி சக்தி அற்றவன் போல் தொய்ந்து போய் நிற்கிறான்.

சர்மா

பாரதி... என்னாச்சு? என்னாச்சு பாரதி?

காட்சி 33

பாண்டிச்சேரி. பாரதி வீடு. பகல்

வீட்டுத் திண்ணையில் பாரதியின் மகள்களான தங்கம்மாவும் சகுந்தலாவும் விளையாடிக் கொண்டிருக்கின்றனர். தங்கம்மா சகுந்தலாவை அடித்துவிடுகிறாள். சகுந்தலா அழுதுகொண்டே பாரதியிடம் வருகிறாள்.

பாரதி

ஏன் அழுற? என்ன ஆச்சு?

தங்கம்மா

ரௌத்திரம் பழகுன்னு நீதானேப்பா சொன்ன! அதான் அடிச்சேன்.

அப்போது வண்டியில் செல்லம்மா அக்கா பார்வதியும் அவளது கணவன் விஸ்வநாதனும் காசியிலிருந்து வந்து இறங்குகின்றனர். பாரதி வரவேற்கிறான்.

பாரதி

விஸ்வநாதன் வாங்க வாங்க, (உள்ளே கேட்கும்படி) செல்லம்மா யாரு வந்திருக்காங்கன்னு பாரு.

குவளையும் வரவேற்கிறான்.

குவளை

நமஸ்காரம். நல்லா இருக்கேளா?

வீட்டினுள்ளிருந்து செல்லம்மா ஓடிவந்து தன் அக்காவை வரவேற்கிறாள்.

பாரதி

செல்லம்மா காசிலேர்ந்து வந்திருக்காங்க. நாக்கு செத்துப் போயிருக்கும். இன்னிக்கு விருந்து பலமா இருக்கணும்.

அக்கா பார்வதி செல்லம்மாவுடன் உள்ளே செல்கிறாள். விஸ்வநாதன் பாரதியுடன் உரையாடுகிறார். அங்கே மேசையில் குவிந்திருக்கிற புத்தகங்களைப் பார்த்து விட்டு அவர் கேட்கிறார்.

விசுவநாதன்

பாரதி?

பாரதி

ம்?

விசுவநாதன்

உன்னுடைய புத்தகங்களுக்கு நிறைய ஆர்டர் வந்திருக்கு போலிருக்கு?

பாரதி

போகச் சொல்லு அந்த முட்டாள் பசங்கள நான் என் சொந்த பாஷையில முழு மூளையும் கசக்கி பிழிஞ்சு பாஞ்சாலி சபதம் எழுதியிருக்கிறேன். அது நல்லா இருக்குன்னு இதுவரைக்கும் ஒருத்தன் கூட கடிதம் எழுதல. அந்தப் புத்தகத்த குவளை

மட்டும்தான் வாசிக்கிறான். ஆனா நா இங்கிலீஷ்ல எழுதுன இந்த பொன்வால் நரிக்கு A FOX WITH A GOLDEN TAIL *500* பிரதி உடனே வேணுமாம்.

விசுவநாதன்

எங்கே கொடு பாப்போம்?

(காகிதத்தை வாங்கி அதிலுள்ள வரிகளை வாசிக்கிறார்.)

தர்மத்தின் வாழ்வுதனைச் சூது கவ்வும் தர்மம் மறுபடியும் வெல்லும் பேஷ்.

சமையலறையில் இருக்கும் செல்லம்மா விருந்து சாப்பாடு செய்வதற்கு வீட்டில் ஒன்றுமில்லாததைக் கண்டு வருந்துகிறாள்.

செல்லம்மாவின் அக்கா பார்வதி குழந்தைகளோடு விளையாடிக் கொண்டிருக்கிறாள். இதற்கிடையில் செல்லம்மா குவளையையும் அம்மாகண்ணுவையும் பக்கத்து வீடுகளுக்குச் சென்று பலசரக்கையும், காய்கறிகளையும் வாங்கி வர அனுப்புகிறாள்.

செல்லம்மா அவர்களுக்குச் சொல்லியனுப்புவதை, பார்வதி கேட்டுவிடுகிறாள். செல்லம்மாவின் வீட்டு நிலமை அவளுக்கு நன்றாகப் புரிந்துவிடுகிறது.

செல்லம்மா

(அம்மாகண்ணுவிடம்)

அவங்களுக்கு விருந்து வைக்க சொல்லி இருக்காரு. ஆத்துல ஒரு பண்டமும் இல்ல. அம்மா கண்ணு நீ செட்டியார் ஆத்துக்குப் போய் கொஞ்சம் அரிசியும் பருப்பும் வாங்கிட்டு வா.

அம்மா கண்ணு

சரிம்மா.

செல்லம்மா

(குவளையிடம்)

நீ பாக்யம் மாமிகிட்ட பணம் வாங்கிட்டு கொஞ்சம் காய்கறி வாங்கிட்டு வா.. போங்கோ

அம்மாகண்ணுவும் குவளையும் வெளியே செல்கிறார்கள். செல்லம்மாவின் கஷ்டத்தை அறிந்த பார்வதி அவளிடம் வருகிறாள்.

பார்வதி

செல்லம்மா உனக்கு இவ்வளவு கஷ்டம் இருக்கும்னு நா நினைக்கல.

செல்லம்மா

நான் என்னக்கா சொல்றது? அவர் பாட்டுக்கு ஏதோ எழுதிட்டிருக்கார். பணம் ஒண்ணும் வந்தபாடில்லை. ரெண்டு பொண்ணு குழந்தைகளை வைச்சிண்டு மனுஷா இல்லாத இந்த நாட்டுல எப்படி ஓட்டப்போறோம்னு நினைச்சா, பயித்தியமே புடிச்சிரும் போல இருக்கு.

பார்வதி

நீ ஒண்ணும் வருத்தப்படாதே. செல்லம்மா, நா ஒண்ணு கேட்டா தப்பா நினைக்க மாட்டியே? நேக்கு கல்யாணம் ஆகி பன்னிரெண்டு வருஷமாச்சு. ஈஸ்வரன் இன்னும் கண்ணைத் திறக்கல. உனக்கு ரெண்டு குழந்தைங்க இருக்குல்ல. சகுந்தலா உங்கிட்டே இருக்கட்டும் தங்கம் பெரியவளா ஆகிற வரைக்கும் நான் வளர்த்துக்கறேனே?

செல்லம்மா

நீ வாய் திறந்து கேட்டுட்ட. நா தர மாட்டேன்னு சொல்றதுக்கு நேக்கு தைரியம் இல்லேக்கா. என் பெரிய பொண்ணாவது வயிறார சாப்பிடட்டும் மத்த குழந்தைங்க போல சந்தோஷமா வளரட்டும்.

பார்வதி

செல்லம்மா அழாதே செல்லம்மா.

செல்லம்மா

அக்கா அவருக்கு குழந்தைங்கன்னா ரொம்ப இஷ்டம். இதுக்கு அவரு சம்மதிக்கணுமே?

காட்சி 34

பாண்டிச்சேரி. பாரதி வீடு. பகல்.

பார்வதி ஊருக்குச் செல்வதற்கான ஏற்பாடுகளில் மூழ்கியிருக்கிறாள். அவளருகே, அவரது கணவரும், செல்லம்மாவும் இருக்கிறார்கள்.

பார்வதி

ஏன்னா ஊருக்குக் கிளம்பறதுக்கு முன்னால, நீங்களே அவரண்ட கேட்ருங்களேன்.

விஸ்வநாதன்

இல்ல, பாரதிகிட்ட நேரடியா கேக்கற தைரியம் நேக்கு இல்லை.

குவளை அங்கே வருகிறான்.

செல்லம்மா

குவளை, நீ ஏன் கேக்கக் கூடாது?

குவளை

தங்கம்மாவை ஊருக்கு அனுப்புற விஷயமா? என்னால முடியாது. பாரதி கொன்னே போட்டிருவார்.

அப்போது பாரதி வெளியிலிருந்து வீட்டினுள் வருகிறான். தங்கம்மா ஓடிச் சென்று பாரதியைக் கட்டிப் பிடித்துக் கொள்கிறாள்.

பாரதி

இங்கு என்ன கூடாலோசனை?

தங்கம்

அப்பா அப்பா.

பாரதி

என்ன தங்கம்மா.

தங்கம்

அப்பா, பெரியம்மா கூப்பிடுறாங்க, நான் காசிக்குப் போகட்டுமா?

பாரதி

ம்ம்ம். பராசக்தி விருப்பம் அப்படியானால், போயிட்டு வாம்மா. காசி புனிதமான நகரம். நான் நானாக ஆனது காசியில்தான். இதுக்காகவா நீங்க எல்லாரும் கூடிப் பேசிட்டிருந்தீங்க?

காட்சி 35

பாண்டிச்சேரி. அர்லோக் வீடு. பகல்.

பாரதியும் குழந்தைகளும் அர்லோக்கிடம் பிரஞ்ச் பாடலைக் கற்றுக் கொள்கின்றனர். அர்லோக் சொல்லித்தர,

அவர்கள் பாடுகிறார்கள். மண்டயம் மகள் யதுகிரியும், சகுந்தலாவும் பாரதியுடன் சேர்ந்து பாடுகிறார்கள்.

பாரதியை எப்படியாவது போட்டோ எடுத்து மேலிடத்துக்கு அனுப்ப மப்டி போலீஸ்காரர்களான இப்ராஹிமும் நாயுடுவும் முயற்சிக்கிறார்கள். பாரதியை போட்டோ எடுக்க அர்லோக் உதவ வேண்டும் என்று அவர்கள் கேட்டுக் கொள்கிறார்கள்.

பாட்டுப் பயிற்சி முடிவடைகிறது. பாரதி குழந்தைகளுடன் புறப்பட எத்தனிக்கிறான்.

அர்லோக்

பாரதி, உங்க ரசிகர் ஒருத்தர் நம்ம ரெண்டு பேரையும் சேர்த்து படமெடுக்கணும்னு ஆசைப்படுறார். எடுத்தர்லாமா?

பாரதி

ஓ தாராளமா எடுத்தர்லாமே? (போட்டோ எடுக்க வந்தவர்கள் மப்டி போலீஸ்காரர்கள் என்பதைப் பாரதி அறிந்து கொள்கிறான்.) இவங்கதான் அந்த ரசிகர்களா?

அர்லோக்

ஆமா

கேமரா முன்பு அர்லோக்கும், பாரதியும் குழந்தைகளுடன் நிற்கிறார்கள். ‘ரெடி ஸ்மைல்’ என்று மப்டி போலீஸ்காரன் போட்டோ எடுக்கும் போது பாரதி தனது தலையை முன் பக்கமாகக் கவிழ்த்துக் கொள்கிறான்.

காட்சி 36

பாண்டிச்சேரி. போட்டோ ஸ்டூடியோ.

இப்ராஹிமும், நாயுடுவும் ஸ்டூடியோவினுள் நுழைகிறார்கள். ஸ்டூடியோ ஆளிடம் போட்டோவைப் பற்றி விசாரிக்கிறார்கள்.

இப்ராஹிம்

ஏங்க, படம் நல்லா வந்துருக்குங்களா?

ஸ்டூடியோ ஆள்

படம் நல்லா தான் வந்திருக்கு. ஆனா ஒரு ஆளுக்குத் தலைய காணோம்.

இப்ராஹிம்

என்னது? தலையக் காணோமா?

ஸ்டூடியோ ஆள் போட்டோவைக் காண்பிக்கிறான். அதில் பாரதியின் முகம் மட்டும் காணவில்லை.

- இடைவேளை -

உங்களுக்கெல்லாம்
போல எனக்கு ஒரு
சாதாரண ஆள்
புருஷனா
கிடைக்கப்படாதா ?

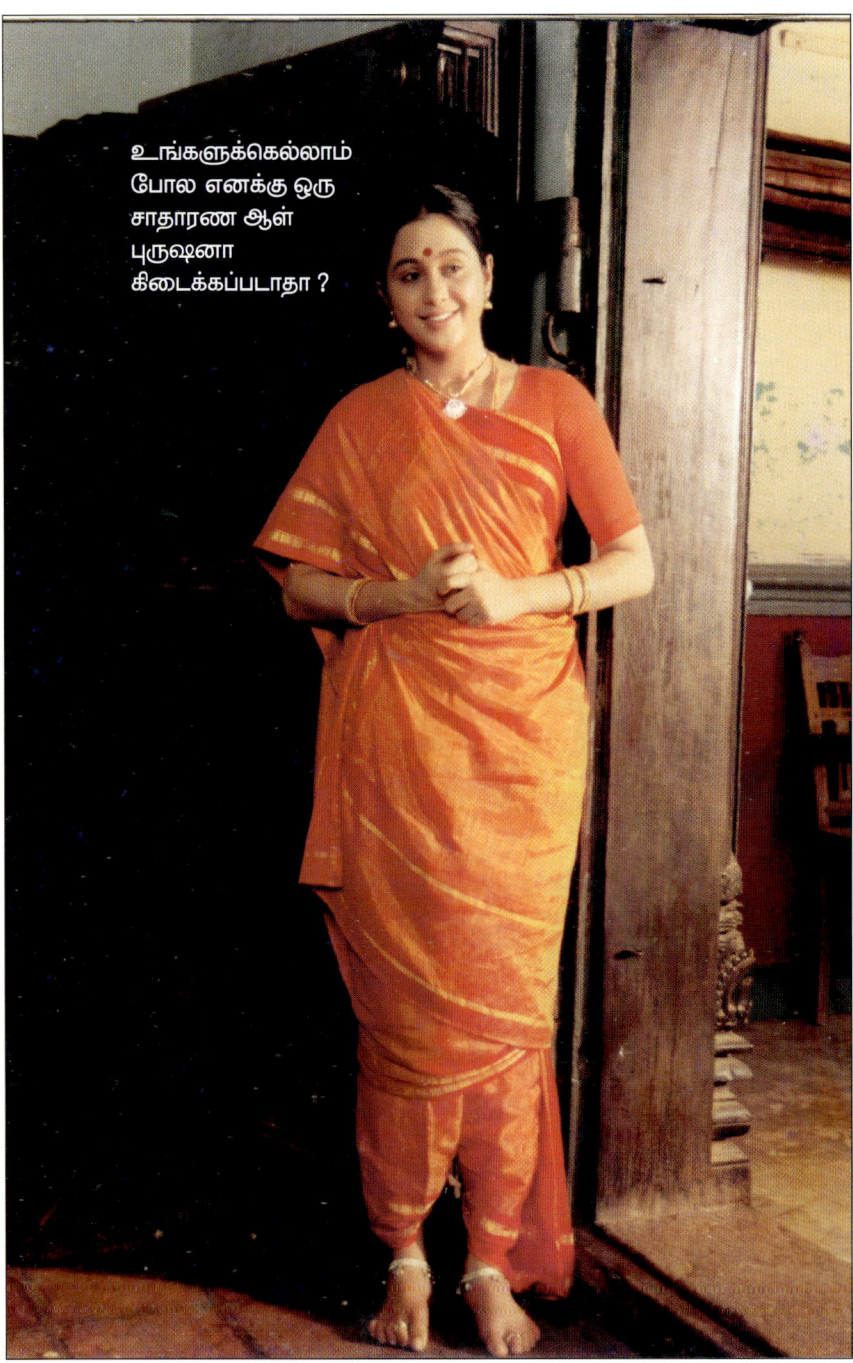

காலத்தை மீறி
கனவு காணாதே,
மோசம்போயிடாதே !

செல்லம்மா ரொம்ப
சங்கோஜமா இருக்கிறா.
உன் முரட்டுத்தனத்தை
காட்டாம அன்பா
நடந்துக்கோ !

ஏன்னா, டவுன்ல கடை கடையா
ஏறி இறங்குனீங்களே,
ஒரு நகைக்கடையோ
ஒரு புடவைக்கடையோ
உங்க கண்ணுல
தட்டுப்படவே
இல்லயா ?

வெள்ளைக்காரனே! நாங்கள் முப்பது கோடி
ஜனங்களும் நாய்களோ பன்றிச்சேய்களோ?
நீங்கள் மட்டும் மனிதர்களோ?

என் நான்கு லட்சம் புத்தகங்களும்
மண்ணெண்ணெய் தீப்பெட்டிகளைக்காட்டிலும்
வேகமா வித்து தீரப்போகுது.

'பாரதி' படப்பிடிப்பில் ...

பாரதியா? அவன் பிரிட்டிஷ் கவர்மெண்டோட விரோதியாச்சே !
அவனை ஆதரிச்சா நம்மளையெல்லாம் புடிச்சி
உள்ள போட்டுருவாங்களே !

பாரதி குளிச்சிட்டு இந்த துணிமணி எல்லாம் மாத்திக்கோ. இன்னிக்கு தங்கம்மாவை நீதான் கன்னிகாதானம் பண்ணி கொடுக்கணும்!

மூடர்களே, கேளுங்கள். நான் மகாகவியாக மிக உயர்ந்த இடத்தில் வாழ்ந்து கொண்டிருப்பவன். ஒரு சாதாரண பிராமணத் தந்தையாக இறங்கி வருவதில் எனக்கு கஷ்டம் ஒன்றுமில்லை

சொந்த பொஞ்சாதிய பாதுகாப்பு
செய்றதுக்கு வக்கில்லை,
எனக்கு அறிவுரை சொல்ல
வந்துட்டியா?

நான் புரட்சிக்கவிஞன்னு ஊர்பூரா
மார்தட்டி நடக்கிறேன். ஆனா நீ
சாப்பாட்டில் கூட ஜாதி பாக்குற !

மிஸ்டர் காந்தி, தாங்கள் ஆரம்பிக்கப் போகும் இயக்கத்தை நான் ஆசீர்வதிக்கிறேன்.

நான் உலகம் முழுமைக்கும் சொந்தக்காரன்
ராஜாவோ சிறிய சமஸ்தானத்துக்கு சொந்தக்காரன்.
எனக்கு வாத்தியங்கள், சால்வைகள், ஜதிபல்லக்கு,
பரிவாரங்களை உ । னே அனுப்பச் சொல்லுங்கள்.
நான் இங்கு காத்திருக்கிறேல்।.

காட்சி 37

பாண்டிச்சேரி. மண்டையம் வீடு. பகல்.

மண்டையம் தனது மகள் யதுகிரியின் திருமணம் குறித்து பிராமணர்கள் சிலரோடு ஆலோசனை செய்து கொண்டிருக்கிறார்.

பிராமணர் 1

நீர் ஒன்றும் கவலைப்படாதீர். உங்க பொண்ணோட ஜாதகப்படி, நேரம் ரொம்ப நல்லா இருக்கு. மாப்பிள்ளை நட்சத்திரம் என்ன சொன்னீர்?

மண்டையம்

அனுஷம்.

பிராமணர் 1

அனுஷம். புதன்கிழமை. நாள் ரொம்ப நல்லா இருக்கு. அன்னிக்கு சுப முகூர்த்தம் வச்சிடலாம். என்ன சொல்றீங்க நீங்க?

மண்டையம்

சந்தோஷம்.

பிராமணர் 1

சுப முகூர்த்தத்துக்கு நாள் குறிச்சாச்சு. நிச்சயதார்த்தத்துக்கு நாள் குறிச்சிடலாமோ?

மண்டையம்

குறிச்சிடலாம்.

அப்போது பாரதி, கையில் ஒரு காகிதத்தோடு வேகமாக வீட்டில் நுழைகிறான். யதுகிரி இருக்கும் அறைக் கதவைத் தட்டுகிறான்.

பாரதி

யதுகிரி, யதுகிரி...

உள்ளே இருக்கிற யதுகிரி தன் அம்மாவிடம் 'மாமா கூப்பிடுகிறார்' என்று சொல்கிறாள். அதற்கு அவளது அம்மா 'அப்பா பாத்துக்குவார்' என்று அவளை அடக்குகிறாள்.

ஆனால் பாரதி கதவைத் தட்டுவதை நிறுத்தவில்லை.

கூட்டத்தில் பிராமணர்களுடன் ஆலோசனையில் ஈடுபட்டிருக்கும் மண்டையம் அய்யங்கார், பாரதியிடம் கேட்கிறார்.

மண்டையம்

பாரதி, என்ன விஷயம்?

பாரதி

புதுசா பாட்டு எழுதியிருக்கேன். யதுகிரிகிட்ட பாடிக் காட்டலாம்னு வந்தேன். அவளைக் காணலியே?

மண்டையம்

அது வந்து...

பிராமணர் 2

யதுகிரிக்குக் கல்யாணம் நிச்சயமாகிடுத்து.. அவ இனிமே வெளியே வரமாட்டா. ஆம்பளையோட பேச மாட்டா

பாரதி அவர்களிடம் வேகமாக வந்து பேசுகிறான்.

பாரதி

என்னய்யா இது முட்டாள்தனமான சம்பிரதாயம்? ருது ஆகறதுக்கு முன்னாடி கல்யாணம் நிச்சயம் பண்றது? கல்யாணம் நிச்சயம் பண்ண பொண்ணை உள்ள பூட்டி வைக்கிறது? பொண்ணுங்கறது

கல்யாணத்துக்காகத் தயார் பண்ணுற போகப் பொருள் இல்லை.. உங்க உதவாக்கரை மூட நம்பிக்கைகளையெல்லாம் பச்சைக்குழந்தைங்க மேல திணிக்காதீங்க.

பிராமணர் 3

பாரதி, வாயை மூடு அபச்சாரமா பேசாத. பிரிட்டிஷ்காரங்களுக்கு எதிரா போடுற கோஷமில்ல இது, நம்ம சாஸ்திரங்களைப் பத்தி நீ கேவலமா பேசுனா நடக்கறதே வேற.

பாரதி

என்னய்யா சாஸ்திரங்கள்.. உங்கள் சாஸ்திரங்கள்?

பிராமணர் 4

அறிவுகெட்டத்தனமா பேசாத

பாரதி

உங்க சாஸ்திரங்களை எப்படி உடைக்கறதுன்னு எனக்குத் தெரியும். நேரா இளைய சமுதாயத்துகிட்ட போயி நான் பேசப் போறேன். ஒவ்வொரு ஆணும் பெண்ணும் ஜாதி பார்க்காம, மதம் பார்க்காம காதல் செய்யச் சொல்லப் போறேன். அப்ப என்னய்யா ஆகும், உங்க சாஸ்திர சம்பிரதாயம்? காதலினால் மானுடர்க்குக் கலவி உண்டாம் கலவியிலே மானுடர்க்குக் கவலை தீரும் காதலினால் மானுடர்க்குக் கவிதை உண்டாம் கானம் உண்டாம் சிற்பம் முதல் கலைகள் உண்டாம் ஆதலினால் காதல் செய்வீர் உலகத்தீரே...

கவிதையைச் சொல்லிக் கொண்டே பாரதி வெளியேறுகிறான்.

காட்சி 38

பாண்டிச்சேரி. டீக் கடை. பகல்.

பாரதியும் சுப்புரத்தினமும் முஸ்லிம் ஒருவர் நடத்துகிற டீக் கடை முன்பு நின்றபடி உரையாடிக் கொண்டிருக்கிறார்கள்.

பாரதி

பாய் ஒரு டீ கொடு

முஸ்லிம்

சாமி, எங்கடையிலயா?

பாரதி

ஆமா, உங்கடையிலதான் சாப்பிடறது மட்டுமில்ல, அதை எல்லாரும் பாக்கணும், என்ன சுப்புரத்தினம்? ஆச்சர்யமா பாக்குற?

அப்போது அந்த வழியே ஆச்சாரமான பிராமணர்கள் சிலர் நடந்து செல்கிறார்கள். பாரதி, ஒரு முஸ்லிம் கடையில் டீ குடிப்பதைக் கண்டு அருவெறுப்படைகிறார்கள்.

பிராமணர்

கர்மம், கர்மம்.

என்று சொல்லிய வண்ணம் அவர்கள் இருவரையும் கடந்து செல்கிறார்கள்.

சுப்புரத்தினம்

உங்களை இப்படி பாக்கறதுக்கு எவ்வளவு சந்தோஷமா இருக்கு தெரியுமா?

பாரதி

இது என்னய்யா சந்தோஷம்? எம் பொண்ணு வேற ஒரு தாழ்ந்த ஜாதிக்காரனோடு ரங்கூன் ஓடிப் போய்,

அங்கயிருந்து அப்பா நா இன்னாரோடு சௌக்கியமா இருக்கேன்னு எனக்கு கடிதம் எழுதுனா, அதுதான்யா உண்மையான சந்தோஷம்

காட்சி 39

பாண்டிச்சேரி. பாரதி வீடு. பகல்

பாரதி கவிதை வரிகளை எழுதிக் கொண்டிருக்கிறான். அப்போது சென்னையில் பாரதியுடன் சுதந்திர போராட்டங்களில் பங்கெடுத்த ஆர்யா, பாரதியைத் தேடி வருகிறான். பல நாட்களாக அலைந்து திரிந்ததால் அவன் மிகவும் சோர்ந்து காணப்படுகிறான்.

ஆர்யா

பாரதி.. பாரதி... உன்ன எங்கெங்கோ தேடி அலைஞ்சேன் இப்பதான் நீ கிடைச்ச.

ஆர்யாவைக் கண்டதும் பாரதி அளவற்ற மகிழ்ச்சியடைகிறான். ஆர்யாவைப் பாசத்தோடு அணைத்துக் கொள்கிறான்.

பாரதி

எத்தனை வருஷமாச்சு உன்னைப் பார்த்து? என்னாச்சு? உட்காரு

ஆர்யா

எனக்கு பசி.

உடனே பாரதி சமையலறை பக்கம் திரும்பி செல்லம்மாவுக்கு ஆணையிடுகிறான்.

பாரதி

செல்லம்மா சாப்பாடு கொண்டு வா.

சமையலறையில் சகுந்தலா சாப்பிட்டுக் கொண்டிருக்கிறாள். பாரதி சொன்னதற்குப் பதில் ஒன்றும் சொல்லாமல் அமைதியாக இருக்கிறாள், செல்லம்மா.

சகுந்தலா

என்னம்மா அப்பா கூப்பிடுறார் நீ பேசாம இருக்க?

செல்லம்மா

ஆமா, இவர் திடீர்னு சாப்பாட்டுக்கு ஆளைக் கொண்டுவந்துடுவாரு. இன்னிக்கு இவ்வளவுதான் சாதமிருக்கு. நா உனக்குப் போடுறதா? விருந்தாளிக்குப் போடுறதா? நீ சாப்பிடு.

ஆனால் பாரதிக்கு இதைப் பற்றி எல்லாம் கவலை ஒன்றுமில்லை. ஆர்யாவைக் கை தாங்கியபடி சாப்பிட அழைத்து வந்து விடுகிறான்.

பாரதி

நம்ம ஆர்யா வந்திருக்காம்மா அவனுக்கும் பாவம் பசி.

செல்லம்மாவின் அருகில் இருந்த உணவைப் பாரதியே எடுத்து வந்து ஆர்யாவிற்கு பரிமாறுகிறான்.

பாரதி

சாப்பாடு கொஞ்சமா தான் இருக்கு. பரவாயில்ல, நீ சாப்பிடு.

ஆர்யா பசி பொறுக்க முடியாமல் வேகமாக சாப்பிடுகிறான். சாப்பிடும் போது அவன் கழுத்தில் தொங்கும் சிலுவையைப் பாரதி பார்க்கிறான்.

பாரதி

ஆர்யா, நீ மதம் மாறிட்டியா?

ஆர்யா

ஆமா ஜெயில்ல இருந்தப்ப எனக்கு தீராத நோய் வந்தது. நண்பர்கள் கூட பக்கத்துல வர அசிங்கப்பட்டாங்க. ஒரு கிறிஸ்துவ பாதிரியார் என்னைத் தொட்டு வைத்தியம் பார்த்தார். அவர்தான் என்னை அமெரிக்காவுக்குக் கூட்டிட்டு போகப் போறார்.

பாரதி

கஷ்டப்படுற எல்லா மனிதர்களையும் நேசத்தோட அரவணைக்கிற ஒரு அமைப்பு நம்ம சமூகத்துல இல்ல. இது மனிதக் கோளாறு. நாம் உள்ளிருந்துதான் போராட வேண்டும். இதற்கு பராசக்தி என்ன செய்வாள் பாவம்?

ஆர்யா

பாரதி, நீ மகாகவி. உலகம் எப்படி இருந்தாலும் உனக்கென்று ஒரு கடவுளைச் சிருஷ்டித்துக் கொண்டு உன்னால் வாழ முடியும். ஆனால், நாங்கள் சாதாரணமானவர்கள். அடிபடும்போது மருந்திட்டவர், பசிக்கும்போது சோறிட்டவர் பின்னால் நன்றியோடு போவதைத் தவிர எங்களுக்கு வேறு நாதி இல்லை.

காட்சி 40

பாண்டிச்சேரி. தெருப் பகுதி. பகல்.

புஷ்புல் வண்டியில் பாரதி அமர்ந்திருக்க, கனகலிங்கத்தின் தந்தையும், வேறொருவனும் வண்டியை இழுத்துச் செல்கிறார்கள்.

கனகலிங்கத்தின் தந்தை

செட்டியார் வீட்டுல இன்னிக்குப் பாடப் போறீங்களா சாமி?

B

பாரதி

ஆமா, அது எப்படி உனக்குத் தெரியும்?

தந்தை

என் மகன் சொன்னான்.

பாரதி

உன் மகன் பெயர் என்ன?

தந்தை

கனகலிங்கம்.

பாரதி

ஓ கனகலிங்கம்.

தந்தை

உங்க பாட்டுன்னா அவனுக்கு ரொம்ப இஷ்டம்.

பாரதி

அப்படியா? என் பாட்டை நீங்க கேட்டது இல்லியா?

தந்தை

நாங்க எங்க சாமி உங்க பாட்டைக் கேட்கறது?

பாரதி

அதுக்கு என்ன இப்ப கேட்டுட்டா போச்சு. வண்டிய நிறுத்து. வாங்க உங்களை அழைச்சுச்சுட்டுப் போறேன். சங்கோஜப்படாம வாப்பா வா.

செட்டியார் வீட்டிற்குள் அவர்களை அழைத்துச் செல்கிறான். அங்கே கூடத்தில் கனவான்களும், ஊர் பெரியவர்களும், பெண்களும் நிறைந்திருக்கிறார்கள்.

செட்டியார், பாரதியை மகிழ்ச்சியுடன் வரவேற்று அமரச் செய்கிறார். பாரதி அழைத்து வந்த தாழ்த்தப்பட்டவர் இருவரையும் அங்கிருப்பவர்கள் ஒரு மாதிரியாகப் பார்க்கிறார்கள். கனகலிங்கத்தின் தந்தையையும், உதவியாளனையும் பாரதி, முன் வரிசையில் வற்புறுத்தி அமரச் செய்துவிட்டு, பாடுவதற்காக மேடையில் சென்றமர்கிறான்.

பாரதி பாடத் துவங்குகிறான்.

பாரதி

கேளடா மானிடவா எம்மில் கீழோர் மேலோர் இல்லை

பாரதி தற்செயலாகப் பார்க்கும் போது கனகலிங்கத்தின் தந்தையும் உதவியாளனும் முன் வரிசையிலிருந்து வெளியேற்றப் பட்டிருக்கிறார்கள். பாரதிக்குக் கோபம் வருகிறது. பாட்டை நிறுத்திவிட்டு செட்டியாரிடம் வருகிறான்.

பாரதி

நா உள்ள அழைச்சிட்டு வந்தவங்கள யார் வெளிய அனுப்பிச்சது?

செட்டியார்

இல்ல இங்க ஒரே சலசலப்பா இருந்தது. அவங்களே எழுந்து போய் அவங்க ஜனங்க இருந்த இடத்துல உட்கார்ந்துட்டாங்க

பாரதி வாசல் பக்கம் பார்க்கிறான். அங்கே அந்த இரண்டு பேரும் தங்கள் மக்களுடன் வாசலுக்கு வெளியே அமர்ந்திருக்கிறார்கள். பாரதியை மேற்கொண்டு பாடுமாறு வேண்டுகிறார்கள்.

பாரதி

மேல் ஜாதிக்காரங்களுக்கு மட்டும் பாட்டுப் பாட நான் இங்க வரலை. சுதந்திரங்கறது சாவி

கைமாறுகிற சமாச்சாரம் இல்லை. இங்கிலீஷ்காரங்கள எதிர்த்து சுதந்திர கோஷம் போட்டுட்டு வீட்டுக்குள்ள ஸ்தீரிகளை ஒதுக்கி வைக்கிறது, ஜாதியும் தீட்டு பார்க்கறது இல்ல சுதந்திரப் போராட்டம். என் பாட்டைக் கேக்கறதுக்கு வாசல் கதவுக்கு வெளியதான் சில பேரு உட்காரணும்னா நானும் வெளிய போறேன். உங்க எல்லாரையும் விட அவங்க விடுதலைதான் எனக்கு முக்கியம் வாங்க.

பாரதி வாசலுக்கு வெளியே சென்று தாழ்த்தப்பட்ட மக்களுடன் தோளோடு தோள் சேர்ந்து பாண்டிச்சேரியின் வீதிகளில் பாடி நடக்கிறான். பெண்களும் பாரதியோடு சேர்ந்து கொள்கிறார்கள்.

பாடல்

கேளடா ...மானிடவா - எம்மில்
கீழோர் மேலோர் இல்லை
ஏழைகள் யாருமில்லை - செல்வம்
ஏறியோர் என்றுமில்லை
வாழ்வுகள் தாழ்வுமில்லை - என்றும்
மாண்புடன் வாழ்வோமடா

வெள்ளை நிறத்தொரு பூனை - எங்கள்
வீட்டில் வளருது கண்டீர்
பிள்ளைகள் பெற்றதப் பூனை - அவை
பேருக் கொருநிற மாகும்
சாம்பல் நிறமொரு குட்டி - கருஞ்
சாந்து நிறமொரு குட்டி
பாம்பு நிறமொரு குட்டி - வெள்ளைப்
பாலின் நிறமொரு குட்டி
எந்த நிறமிருந்தாலும் - அவை
யாவும் ஓரேதர மன்றோ?

இந்த நிறம் சிறிதென்றும் - இஃது
ஏற்ற மென்றும் சொல்லலாமோ?

சாதி பிரிவுகள் சொல்லி - அதில்
தாழ்வென்றும் மேலென்றும் கொள்வார்
நீதிப் பிரிவுகள் செய்வார் - அங்கு
நித்தமும் சண்டைகள் செய்வார்
சாதிக் கொடுமைகள் வேண்டாம் - அன்பு
தன்னில் செழித்திடும் வையம்
ஆதரவுற்றிங்கு வாழ்வோம் - தொழில்
ஆயிரம் மாண்புறச் செய்வோம்

பெண்ணுக்கு ஞானத்தை வைத்தான் - புவி
பேணி வளர்த்திடும் ஈசன்
மண்ணுக்குள்ளே சில மூடர் நல்ல
மாத ரறிவைக் கெடுத்தார்

கண்கள் இரண்டில் ஒன்றைக் - குத்தி
காட்சி கெடுத்திடலாமோ?
பெண்க ளறிவை வளர்த்தால் - வையம்
பேதைமை யற்றிடுங் காணீர்.

காட்சி 41

பாண்டிச்சேரி. அரவிந்தர் ஆசிரமம். பகல்.

தியானம் நடந்து கொண்டிருக்கிறது. அரவிந்தர், பாரதி, வவேசு அய்யர் மற்றும் பலர் குழுமியிருக்கிறார்கள்.

அரவிந்தர்

YOGA MEANS UNION WITH THE GOD. ALL LIFE IS YOGA. YOGA GIVES FREEDOM FROM THE BONDAGE OF PLEASURE, PAIN, GREED AND ATTACHMENT. LET THE DIVINE POWER CONTINUE TO OFFER ALL THE FEELINGS IN

TO THE DIVINE AND TO THE DIVINE MOTHER. THE VERY PRINCIPLE OF THIS YOGA IS NOT ONLY TO REALISE THE DIVINE BUT ALSO TAKE ALL THE WORLD ACTIVITIES IN TO CONSIDERATION.

தியானம் முடிந்து அனைவரும் எழுந்து செல்கின்றார்கள். அரவிந்தர் பாரதியிடம் பேசுகிறார். அருகில் வவேசு அய்யர் அமர்ந்திருக்கிறார்.

அரவிந்தர்

BHARATI, I SEE THE EVENTUAL INDEPENDENCE OF INDIA. THE TIME HAS COME, BRITON WILL BE COMPELLED TO GIVE INDEPENDENCE ONE DAY.

அரவிந்தர் எழுந்து செல்கிறார். பாரதியும் வவேசு அய்யரும் உரையாடுகிறார்கள்.

பாரதி

அய்யர், வெள்ளைக்காரனுக்கு எதிரா நாம் செய்யும் சுதந்திரப் போராட்டம் வெற்றிபெறும்னு அரவிந்தர் சொல்றாரு சரி, கறுப்பர் போராட்டம் எப்ப துவங்கப் போறோம்?

வவேசு அய்யர்

என்ன பாரதி? கறுப்பர் போராட்டமா?

பாரதி

இங்கு பலரை ஊருக்கு வெளியே சேரி உண்டாக்கி புறம் தள்ளியாகிவிட்டது. ஜனத்தொகையில் பாதி இருக்கும் பெண்களை மூடர்களாக்கி வீட்டில் பூட்டியாகி விட்டது. இவர்கள் தங்கள் சக்தியை உணர வழி செய்ய வேண்டாமா?

வவேசு அய்யர்

சரி நமக்கு சுயராஜ்யம் கிடைக்கட்டும். அதற்குப் பிறகு நம்ம அரசாங்கம்தானே? சீர்திருத்தம் ஒவ்வொன்றையும் அட்டவணை போட்டு செஞ்சிடலாம்

பாரதி

நான் சுய ராஜ்யம் வரும்வரை காத்திருக்கப் போவதில்லை. அதற்கு முன்பாக இங்குள்ள மனிதர்களை ஒன்றாக்கப் போகிறேன். பிராமணரும் ஜாதி இந்துக்களும் மிதித்து மிதித்து தன்னம்பிக்கை இன்றி வாழும் ஆதி திராவிடர்களைப் பிராமணர்களாக்கப் போறேன். சேரியில் இருக்கிறவர்கள் பூணூல் போட்டு தன்னம்பிக்கை பெற்று போர்க்கோலம் பூண்டால் இங்கிலீஷ்காரன் என்ன வேறு யாராக இருந்தாலும் ஓடி விட மாட்டார்களா?

காட்சி 42

பாண்டிச்சேரி. பாரதி வீடு. பகல்.

நடு கூடத்தில் தாழ்த்தப்பட்டவர்களுக்குப் பாரதி பூணூல் அணிவிக்கிற சடங்குகளுக்கான ஆயத்தங்கள் நடக்கின்றன.

செல்லம்மாவோ, அடுக்களையில் பொருமிக் கொண்டிருக்கிறாள். அங்கே குவளை வருகிறான்.

செல்லம்மா

இவரு இப்படி தெய்வகுத்தம் பண்றாரே? நீங்க யாரும் கேக்கப்படாதா?

குவளை

அவர் சீர்திருத்தம் பண்றார். நாங்க என்ன மாமி பண்ண முடியும்?

கூடத்தில் வவேசு அய்யர், மண்டையம், சுப்புரத்தினம், சர்மா முதலானோர் நிறைந்திருக்கின்றனர். பாரதி கனகலிங்கத்துக்கு மந்திரம் சொல்லி பூணூல் அணிவிக்கிறான்.

பாரதி

கனகலிங்கம், இன்று முதல் நீ பிராமணன். நீங்கள் எல்லாம் பிராமணர்கள். இனி யாராகிலும் என்ன ஜாதி என்று உங்களைக் கேட்டால், நாங்கள் பிராமணர்கள் என்று தைரியமாகச் சொல்லுங்கள். உங்களுக்குப் பூணூல் போட்டு விட்டது யாரென்று கேட்டால், பாரதி என்று அதட்டியே சொல்லுங்கள். புரட்சிக்கான வித்தை நான் இட்டு விட்டேன். இனி புரட்சிதான் பாக்கி. சமுதாயக் காட்டிலே பெரும் தீயாக அடைமழையாக கொடும் காற்றாகப் புரட்சி பரவட்டும்..

பாடல்

அக்னி குஞ்சொன்று கண்டேன்....
அக்னி குஞ்சொன்று கண்டேன் - அதை
அங்கொரு காட்டிலோர் பொந்திடை வைத்தேன்

அக்னி குஞ்சொன்று கண்டேன் - அதை
அங்கொரு காட்டிலோர் பொந்திடை வைத்தேன்

வெந்து தணிந்தது காடு
வெந்து தணிந்தது காடு - தழல்
வீரத்தில் குஞ்சென்று மூப்பென்றுமுண்டோ

தத்தரிகிட தத்தரிகிட தித்தோம்
தக தத்தரிகிட தத்தரிகிட தித்தோம்

அக்னி குஞ்சொன்று கண்டேன் - அதை
அங்கொரு காட்டிலோர் பொந்திடை வைத்தேன்

வெட்டி அடிக்குது மின்னல் - கடல்
வீரத்திரைக் கொண்டு விண்ணை இடிக்குது
கொட்டி இடிக்குது மேகம் - கூ கூவென்று
விண்ணைக் குடையுது காற்று

தத்தத்திட தத்தத்திட தட்டா
தத்தத்திட தத்தத்திட தட்டா
என்று தாளங்கள் கொட்டி கனைக்குது வானம்

அக்னி குஞ்சொன்று கண்டேன் - அதை
அங்கொரு காட்டிலோர் பொந்திடை வைத்தேன்

தத்தரிகிட தத்தரிகிட தித்தோம்
தக தத்தரிகிட தத்தரிகிட தித்தோம்

காட்சி 43

பாண்டிச்சேரி. பாரதி வீடு. இரவு.

சகுந்தலா உடல்நலமின்றி படுத்திருக்கிறாள். செல்லம்மா வென்னீர் ஒத்தடம் கொடுக்கிறாள். அருகில் காசியிலிருந்து வந்திருக்கிற தங்கம்மா.

செல்லம்மா

தங்கம்மா இங்க நடந்த அனாச்சாரத்தையெல்லாம் நீ பாக்கல. நீ காசியிலிருந்ததே புண்ணியமா போச்சு.

பாரதி வீட்டுக்குள் வருகிறான். மயக்க நிலையில் அவன் இருக்கிறான். உள்ளே வந்ததும் சகுந்தலாவின் உடலில் ஜுரம் குறைந்திருக்கிறதா என்று கை வைத்து பார்க்கிறான்.

செல்லம்மா

ஜுரம் எப்படி குறையும்? சீர்திருத்தம் பண்றேன்னு தெய்வ குத்தம் பண்றது குழந்தைக்கு ஜுரம் வராம என்ன பண்ணும்?

பாரதி

டாக்டரைக் கூப்பிட குவளையை அனுப்பி இருக்கேன்.

செல்லம்மா

டாக்டரைக் கூப்பிட்டா மட்டும் போதுமா? அவருக்குக் கொடுக்க பணம் எங்க இருக்கு?

சுவரிலுள்ள காளி படத்தின் முன்பு சென்று முறையிடுகிறான் பாரதி.

பாரதி

பராசக்தி.. பிரச்னை பணப்பிரச்னை.. பணப்பிரச்னை.. பராசக்தி. காலையில் கண்விழிக்கும்பொதே பணப்பிரச்னை.. குழந்தைக்குக் காய்ச்சல். என் புதிய பழக்கத்தால் தலை வேறு கிறுகிறுக்கிறது. நான் என்ன செய்வேன்? உன் மகா அற்புதமான உலகை எப்போதும் கண்டு நான் பாட வேண்டும். அதற்காக என்னை இந்த அற்பமான அரிசி உப்பு பிரச்னையிலேர்ந்து விடுதலை செய்ய மாட்டாயா? என் குழந்தைக்குக் காய்ச்சலைப் போக்க வேண்டும். வைத்தியனுக்குக் கொடுக்க என்னிடம் பணம் இல்லை. பணப் பிரச்னைக்கு ஒரு முடிவு கட்ட மாட்டாயா? கடைசியாகச் சொல்கிறேன். நீ என்னை இப்படியெல்லாம் அற்ப தொல்லைகளுக்கு உட்படுத்திக் கொண்டிருந்தால் நான் நாஸ்திகன் ஆகிவிடுவேன்.

பாரதி பேசி முடிப்பதற்குள், குவளை அழைத்து வந்த டாக்டர் வைத்யம் செய்து முடித்துவிடுகிறார். அவர் பாரதி பேசுவதற்கு பதில் சொல்வது போல பேசிவிட்டு செல்கிறார்.

டாக்டர்

நீங்கள் நாத்திகன் ஆக வேண்டிய அவசியமே இல்லை.

காட்சி 44

பாண்டிச்சேரி. பாரதி வீடு. பகல்.

பாரதியின் மூத்த மகள் தங்கம்மா வயதுக்கு வந்திருக்கிறாள். அது குறித்த சடங்கு நடைபெற்றுக் கொண்டிருக்கிறது. குவளை மற்றும் பலர் குழுமியிருக்கிறார்கள்.

பாரதி, பெருமையோடு தன் மகளைப் பார்த்துவிட்டு வெளியே செல்வதற்கு தயாராகிக் கொண்டிருக்கிறான்.

பொறுப்பின்றி திரிகிற தன் கணவனை நினைத்து செல்லம்மாவுக்குக் கோபம் வருகிறது. பாரதியிடம் வந்து தன் கோபத்தை வெளிக் காட்டுகிறாள்.

செல்லம்மா

பொண்ணு பெரியவளாயிட்டாளே, அவளுக்குக் கலியாணம் பண்ணணுமேங்கற கவலை ஒன்னும் கிடையாது. எப்பவும் கோட்டை மாட்டிண்டு தோப்பு துறவுன்னு சுத்திவந்தா போதுமா? நேக்கு அவமானமா இருக்கு.

யாரோ முகத்தில் அறைந்தாற் போல பாரதி உணர்கிறான். இதற்கு சீக்கிரம் ஒரு தீர்வு காண முடிவெடுக்கிறான்.

காட்சி 45

பாண்டிச்சேரி. தோப்பு பகுதி. பகல்.

பாரதி தன் நண்பர்களுடன் அமர்ந்திருக்கிறான். தங்கம்மாவின் திருமணத்தைப் பற்றி செல்லம்மா கூறிய விஷயம் பாரதியின் மனதை உறுத்திக் கொண்டிருக்கிறது.

பாரதி

யுத்தம் முடிந்ததும் மெட்ராஸ் போலாம்னு இருக்கேன். இன்னிக்கு இலக்கியமோ அரசியலோ பேச வேண்டாம். சுய காரியம் பேசுவோம்.

அப்போது நாகசாமி தன்னுடைய உதவியாளருடன் அங்கே வருகிறான். பாரதியைப் பார்த்து வணங்குகிறான்.

நாகசாமி

அய்யரோட பட்டறைல உங்கள பல தடவை பார்த்திருக்கேன்.

பாரதி

அப்படியா

வ.ரா

ஆமாம் இவர் அங்கதான் இருக்கார்

நாகசாமி

உங்களுக்கு மரியாதை செய்யணும்னு ரொம்ப நாள் ஆசை. தட்டாம இதை நீங்க ஏத்துக்கணும்.

நாகசாமி பாரதிக்குப் பொன்னாடை ஒன்றை அணிவிக்கிறார். பாரதி அதை ராஜா போல அணிந்து நண்பர்களின் முன்பு ராஜநடை நடந்து காட்டுகிறான். எல்லோரும் சிரிக்கிறார்கள். நாகசாமியும் அங்கிருந்து சென்று விடுகிறார்.

வ.ரா

போறாரே நாகசாமி. நல்ல தேசாபிமானி. ஜவுளிக்கடை வச்சிருக்கார். வவேசு அய்யரோட நடவடிக்கைகளுக்கு எல்லாம் ரொம்ப ஒத்தாசையா இருக்கார். தங்கமானவர்.

பாரதி

(சற்று யோசித்து)

அப்படியா சொல்ற? இன்னிக்குச் செல்லம்மா, நான் தங்கம்மாவுக்கு வரன் பாக்கலையேன்னு குறைபட்டுட்டு இருந்தா. பேசாம தங்கம்மாவுக்கு இவரையே மாப்பிள்ளை ஆக்கிட்டா என்ன?

குவளை

(கண்டிப்புடன்)

பாரதி. தோப்புல பொழுது போக்கா உட்காந்துண்டு, கல்யாணம் பண்ற விஷயத்தையெல்லாம் தீர்மானிக்க கூடாது. மாமியோட அபிப்ராயத்தையெல்லாம் கேட்கணும்.

காட்சி 46

பாண்டிச்சேரி. பாரதி வீடு. பகல்.

செல்லம்மா கடையம் செல்வதற்கு துணிமணிகளை எல்லாம் பெட்டிக்குள் அடுக்கிக் கொண்டிருக்கிறாள். தங்கம்மா, சகுந்தலா, குவளை மூவரும் அருகில் இருக்கின்றனர்.

செல்லம்மா

யாரோ ஊர் பேர் தெரியாத நாகசாமி, தங்கம்மாவுக்கு மாப்பிள்ளையா? நேக்குதான் விதி. ஒரு சுதேசிய கட்டிக்கிட்டு இப்படி அவஸ்தைப் படுறேன். என் குழந்தைகளுக்கும் அதே விதிதான் விடியணுமா? இல்ல.. இங்க இருந்தா அந்த மனுஷன் எதாவது ஏடாகூடமா பண்ணிடுவாரு. வாங்க போலாம்.

தங்கம்மா, சகுந்தலா இருவரையும் அழைத்துக்கொண்டு செல்லம்மா ஊருக்குப் புறப்படுகிறாள். குவளை தடுத்துப் பார்க்கிறான்.

குவளை

மாமி எதுக்கும் அவரண்ட ஒரு வார்த்தை சொல்லிட்டுப் போங்க. அதுதான் நல்லது. அவசரப்படாதேள்.

செல்லம்மா

அதெல்லாம் வேண்டாம். அவர் வந்தா பேசியே மனசை மாத்திடுவாரு. நான் கடையம் போயிட்டேன்னு சொல்லுங்கோ. வாங்கோ...

குவளை

மாமி...

செல்லம்மா மகள்கள் இருவருடன் புறப்பட்டுச் செல்கிறாள்.

காட்சி 46A

பாண்டிச்சேரி. பாரதி வீடு. பகல்.

பாரதி வீட்டிற்கு வருகிறான்.

பாரதி

குவளை, நான் தங்கம்மாவுக்கு மாப்பிள்ளை பாத்த விஷயத்தைச் செல்லம்மா கிட்ட சொல்லிட்டியா?

குவளை

மாமிகிட்ட எல்லாத்தையும் சொல்லிட்டேன். எங்க இங்க இருந்தா நீர் பார்த்த மாப்பிள்ளைக்குப் பொண்ணைக் கல்யாணம் பண்ணி வெச்சிடுவியோன்னு பயந்து மாமி குழந்தைகளை அழைச்சிண்டு கடையத்துக்கே போயிட்டா.

செல்லம்மாவையும் மகள்களையும் பிரிந்த துயரம் பாரதியை வாட்டுகிறது. சகுந்தலா தனது பாட்டைப் பாடிய நிகழ்ச்சியை எண்ணிப் பார்க்கிறான்.

பாடல்

நின்னைச் சரணடைந்தேன் - கண்ணம்மா
நின்னைச் சரணடைந்தேன்!
நின்னைச் சரணடைந்தேன் - கண்ணம்மா
நின்னைச் சரணடைந்தேன்!

பொன்னை உயர்வைப் புகழை விரும்பிடும்
என்னைக் கவலைகள் தின்னத் தகாதென்று
நின்னைச் சரணடைந்தேன் - கண்ணம்மா
நின்னைச் சரணடைந்தேன்!

மிடிமையும் அச்சமும் மேவி என்நெஞ்சில்
குடிமை புகுந்தன கொன்றவை போக்கென்று
நின்னைச் சரணடைந்தேன் - கண்ணம்மா
நின்னைச் சரணடைந்தேன்!

தன் செயலெண்ணித் தவிப்பது தீர்ந்திங்கு
நின் செயல் செய்து நிறைவு பெறும்வண்ணம்
நின்னைச் சரணடைந்தேன் - கண்ணம்மா
நின்னைச் சரணடைந்தேன்!

துன்பமினியில்லை சோர்வில்லை
சோர்வில்லை தோற்பில்லை
நல்லது தீயது நாமறியோம் நாமறியோம்
நாமறியோம்
அன்பு நெறிகள் அறங்கள் வளர்ந்திட
நல்லது நாட்டுக! தீமையை ஓட்டுக!
நின்னைச் சரணடைந்தேன் - கண்ணம்மா
நின்னைச் சரணடைந்தேன்!
நின்னைச் சரணடைந்தேன்.

காட்சி 47

பாண்டிச்சேரி. பாரதி வீடு. பகல்.

பாரதி செல்லம்மா பற்றிய நினைவுகளில் மூழ்கியிருக்கிறான். குவளை கஞ்சி கொண்டு வருகிறான்.

குவளை

அண்ணா கஞ்சி சாப்பிடுங்கோ.

பாரதி

செல்லம்மா... இல்லாம ரொம்ப நாள் ஓடிடுச்சு எப்பவுமே அவ என்னைத் திட்டிக்கிட்டு இருந்தாலும் அவ இல்லாம என்னால இருக்க முடியல.

குவளை

அண்ணா எல்லாத்தையும் விவரமா கடுதாசி எழுதி அப்பாதுரைக்கு போட்டுட்டேன். மாமி, இன்னிக்கோ நாளைக்கோ கண்டிப்பா வந்துடுவா.. நீங்க கஞ்சி சாப்பிடுங்கோ...

அப்போது கடையத்திலிருந்து செல்லம்மா, சகுந்தலா, அப்பாதுரை மூவரும் வீட்டினுள் வருகிறார்கள்.

குவளை

அண்ணா, மாமி வந்துட்டா. மாமி நமஸ்காரம். அப்பாதுரை நல்லா இருக்கியா?

பாரதியின் கோலத்தைப் பார்த்து செல்லம்மா அழுகிறாள்.

செல்லம்மா

என்னன்னா இது கோலம்?

பாரதி

தங்கம்மா வரலியா?

அப்பாதுரை

தங்கம்மா கடையத்துல இருக்கா.

தன்மேல் நம்பிக்கை இல்லாததால்தான் செல்லம்மா தங்கம்மாவை அழைத்து வரவில்லை என்று பாரதி நினைக்கிறான்.

பாரதி

கடையத்துல இருக்கா. நீங்க கூட்டிட்டு வரலை. விட்டுட்டு வந்திட்டீங்க.

பாரதி கோபத்துடன் எழுந்து செல்கிறான்.

செல்லம்மா அழுதபடி பாரதி செல்வதைப் பார்த்துக் கொண்டு நிற்கிறாள்.

காட்சி 48

பாண்டிச்சேரி. ரயில் நிலையம். பகல்.

பாரதி பிளாட்பாரத்தில் ரயிலை எதிர்பார்த்தபடி அங்குமிங்கும் வேகமாக நடந்துகொண்டிருக்கிறான். பாரதி கோபத்தைத் தணிப்பதற்காகச் சுப்புரத்தினம் அங்கே வருகிறார்.

சுப்புரத்தினம்

அய்யா அய்யா.. இங்க எங்க வந்திருக்கீங்க?

பாரதி

செல்லம்மாவோட இனிமே என்னால குடும்பம் நடத்த முடியாது. தாலிகட்டுன புருஷன் மேல நம்பிக்கை இல்லாம, பொண்ணை ஊர்ல ஒளிச்சு வைச்சுட்டு வாராய்யா. அவளோட இனிமே என்ன குடும்பம் நடத்த வேண்டியிருக்கு? நா இப்பவே பிரிட்டிஷ்காரங்கிட்ட போய் சரண்டர் ஆகிடுறேன்.

சுப்புரத்தினம்

நீங்க சொல்றது எல்லாம் சரிதான். ஆனா நீங்க இன்னிக்கே போகணுமான்னுதான் யோசிக்கிறேன்.

பாரதி

ஏன் என்ன விஷயம்?

சுப்புரத்தினம்

இல்ல இன்னிக்கு ராத்திரி ராமைய்யாவோட டிராமா செட் ஊருக்கு வர்றாங்க. அவங்க பாமா விஜயம் நாடகம் போடப் போறாங்க. அவங்க பாட்டெல்லாம் அற்புதமா இருக்கும். அவங்க ஆட்டத்தை நீங்க பாக்கணுமே. அசந்து போயிடுவீங்க.

பாரதி

அப்படியா சொல்ற? அப்ப பார்த்துட வேண்டியதுதான். வா, வா.

பாரதி மனம் மாறி சுப்புரத்தினத்துடன் வீட்டிற்கு திரும்புகிறான்.

காட்சி 49

பகல்.

சுதேசமித்திரன் பத்திரிகைச் செய்தி வாசிக்கப்படுகிறது.

குரல்

உலகமகா யுத்தத்தில் பிரிட்டனும் பிரான்சும் ஒன்று சேர்ந்து போரிட்டு வெற்றியடைந்ததினால் இனிமேல் தமக்கு பிரிட்டீஷ் இந்திய பகுதியில் தொந்தரவுகள் இருக்காது என்ற நம்பிக்கையில் ஸ்ரீமான் சுப்ரமணிய பாரதி பாண்டிச்சேரியிலிருந்து மதராஸ் பயணமானார்.

குதிரை வண்டி மூலம் பாரதி தன் குடும்பத்தினருடன் பயணம் செய்கிறார். பிரிட்டீஷ் இந்தியா எல்லையில் போலீஸ் அவரைத் தடுத்து நிறுத்துகிறது. பாரதி வண்டியிலிருந்து இறங்கி வருகிறார். அருகில் அப்பாதுரை நிற்கிறார்.

போலீஸ்

நீங்கதானே சுப்ரமணிய பாரதி? இந்தியா பிரவேச சட்டப் பிரகாரம் உங்களைக் கைது செய்றோம்.

அப்பாதுரை

வாரண்ட் இருக்கா?

போலீஸ்

இவரைக் கைது செய்ய வாரண்ட் ஒன்னும் தேவையில்லை, நடங்க. உங்களைக் கடலூர் ஸ்டேஷன் சப் மாஜிஸ்டிரேட் முன்னாடி ஆஜர் செய்யணும்.

செய்தி வாசிக்கப்படுதல்

பாரதியைச் சிதம்பரத்தில் முகாம் செய்திருந்த ஜில்லா மாஜிஸ்டிரேட் மிஸ்டர் ஸ்டொடார்ட் முன்பு ஆஜர் செய்தார்கள். பாரதி மதராஸ் சர்க்கார் உத்தரவுப்படி கைது செய்யப்பட்டுள்ளதால் யுத்தம் ஆரம்பித்த சமயம் அமுலுக்கு வந்த இந்தியா பிரவேச சட்டப்படி நடவடிக்கை எடுக்கப்பட்டுள்ளதாகவும், பாரதிக்கு ஜாமின் தர தனக்கு அதிகாரம் இல்லை என்றும் அவர் தெரிவித்தார். பாரதியின் விடுதலைக்காக ஸ்ரீமதி அன்னிபெசன்ட், ஸ்ரீமான் மணி அய்யர் ஸ்ரீமான் C.P.ராமசாமி அய்யர் முதலானோர் முயற்சி மேற் கொண்டுள்ளனர்.

ஜெயில் வாசலில் செல்லம்மா நின்றிருக்கிறாள். குவளை அவளிடம் கோர்ட் தீர்ப்பைச் சொல்லுகிறான்.

குவளை

மாமி பாரதியை ஜெயில்லேர்ந்து விடுதலை பண்ணிட்டா. ஆனா கடையத்துல தான் தங்கியிருக்கணுன்னு நிபந்தனை போட்டுட்டா

செல்லம்மா

இருக்கற கஷ்டம் போதாதுன்னு அண்ணாவுக்கு நாங்க வேற பாரமாகப் போறோம். கடையத்துல அவர் என்னவெல்லாம் பண்ணப் போறாரோ!

காட்சி 50

கடையம். பல்வேறு இடங்கள். பகல்.

பாரதி கடையத்தில் சுதந்திரமாகப் பாடியபடி திரிந்து கொண்டிருக்கிறான்.

பாடல்

நிற்பதுவே, நடப்பதுவே, பறப்பதுவே
நீங்கள் எல்லாம் சொர்ப்பனந்தானோ?
பல தோற்ற மயக்கங்களோ?
கற்பதுவே, கேட்பதுவே, கருதுவதே
நீங்கள் எல்லாம் அற்ப மாயைகளோ?
உம்முள் ஆழ்ந்த பொருளில்லையோ?

வானகமே, இளவெயிலே, மரச் செறிவே
நீங்கள் எல்லாம் கானலின் நீரோ?
வெறும் காட்சிப் பிழை தானோ?
போன தெல்லாம் கனவினைப் போல்
புதைந்தழிந்தே போனதனால்
நானும் ஓர் கனவோ? இந்த
ஞாலமும் பொய்தானோ?

காலமென்றே ஒரு நினைவும்
காட்சியென்றே பல நினைவும்
கோலமும் பொய்களோ? அங்கு
குணங்களும் பொய்களோ?
காண்பதெல்லாம் மறையுமென்றால்
மறைந்ததெல்லாம் காண்பமன்றோ?
நானும் ஓர் கனவோ? இந்த
ஞாலமும் பொய்தானோ?

பாடலுக்கு இடையில், பாரதி அக்கிரகாரத்துக்குக் கழுதை ஒன்றைக் கொண்டு வந்து கொஞ்சுவதும், செல்லம்மாவின் தோளின் மேல் கைபோட்டுக் கொண்டு கம்பீரமாகத் தெருவில் நடந்து வருவதும் அக்கிரகாரத்து பழமைவாதிகளுக்கு அதிர்ச்சியையும் வெறுப்பையும் தருகின்றன.

நீர்வீழ்ச்சியில் நீர் விழும் இடத்தில் நின்று பாரதி உற்சாகமாகப் பாடிக் கொண்டிருக்கிறான். தன் நினைப்பே இன்றி, எல்லாவற்றையும் மறந்த நிலையில் அவன் பாடுவதால் அவன் கட்டியிருக்கும் வேட்டி ஆற்றோடு செல்வது கூட அவனுக்குத் தெரிவதில்லை.

காட்சி 51

கடையம். அக்கிரகார தெரு. பகல்.

முஸ்லிம் பெரியவர் ஒருவர் இரண்டு சிறுவர்களோடு அக்கிரகார தெருவில் நடந்து வருகிறார். அதைப் பார்த்து அக்ரகார வாசிகள் அதிர்ச்சி அடைகிறார்கள். ஒன்று சேர்ந்து சென்று அவர்களை நிறுத்துகிறார்கள்.

அர்ச்சகர்

நில்லுமய்யா! இது அக்ரஹாரம்னு தெரியும் இல்லையா? வந்துண்டே இருக்கேளே என்ன விஷயம்?

முஸ்லிம்

சுப்ரமணிய பாரதி இங்க தங்கி இருக்கறதா கேள்விப்பட்டேன்.

அர்ச்சகர்

ஆமா அதுக்கு என்ன இப்போ?

முஸ்லிம்

அல்லாவைப் பத்தி ஒரு பாட்டு எழுதித் தரேன்னு சொன்னாரு. நாளைக்குப் பள்ளிவாசல்ல ஒரு நிகழ்ச்சி இருக்கு. அதுல பாடணும்.

அப்போது வீட்டின் மேல்மாடியில் எழுதிக் கொண்டிருக்கிற பாரதி, இவரைப் பார்த்துவிடுகிறான்.

பாரதி

வாங்க வாங்க பாட்டு தயாரா இருக்கு.

அய்யர்

என்ன இவன் பாட்டுக்குக் கத்திண்டு இருக்கான். அவன் பாட்டுக்குப் போயிண்டிருக்கான். என்ன தைரியம் அவனுக்கு?

அக்ரகாரத்துக்காரர்கள் கோஷ்டியாக முஸ்லிம் பெரியவரை பின் தொடர்ந்து செல்கிறார்கள்.

பாரதி கீழே வருகிறான். முஸ்லிம் பெரியவரை உட்காரச் சொல்கிறான்.

பாரதி

வாங்க உட்காருங்க. பாட்டு நல்லா வந்திருக்கு. இந்தாங்க.

பாரதி தாம் எழுதிய பாடலை முஸ்லிம் பெரியவரிடம் கொடுக்கிறான். அவர் அதிலுள்ள பாடலை வாசிக்கிறார்.

முஸ்லிம்

அல்லா அல்லா அல்லா

பல்லாயிரம் பல்லாயிரம் கோடி அண்டங்கள்

எல்லா திசையிலும் ஒரு எல்லையில்லா வெளி வானிலே...

மாஷா அல்லா. ரொம்ப நன்றி சாமி. (சிறுவர்களிடம்) சாமிக்குச் சலாம் சொல்லுங்க.

சிறுவர்கள்

சலாம் சலாம்

முஸ்லிம் பெரியவரும் சிறுவர்களும் அங்கிருந்து செல்கிறார்கள். பாரதியும் வீட்டினுள் சென்று விடுகிறான்.

அக்ரகாரத்துக்காரர்களுக்குக் கோபம் பொத்துக் கொண்டு வருகிறது.

ஒருவர்

என்னடா, பாத்துட்டு இருக்கீங்க? அப்பாதுரையை வெளிய கூப்பிடு.

மற்றொருவர்

டேய், அப்பாதுரை வெளிய வாடா. வாடா வெளிய.

அப்பாதுரை அவர்களைச் சமாதானப் படுத்துகிற விதத்தில் வெளியே வருகிறான்.

அப்பாதுரை

கோவப்படாதீங்க

அய்யர்

டேய் கோவப்படாம எப்படிடா இருக்க முடியும்? அன்னிக்கு அக்ரஹாரத்துக்குக் கழுதையைக்

கொண்டு வந்தான். இன்னிக்கு ஒரு சாய்புவைக் கூட்டி வந்திருக்கான்.

அப்பாதுரை

பாரதி ஒரு கவிஞர்.

ஒருவன்

என்ன கவிஞன் பொடலங்கா கவிஞன்? அவன் கவிதை எழுதுனா கவிதையை சாய்பு வீட்டுல கொண்டு போய்க் கொடுக்கணும். இங்க அழைச்சு எழுதிக் கொடுத்தா என்னய்யா அர்த்தம்?

அப்பாதுரை

அவரைப் பார்க்க நாலுபேர் வர்றது சகஜம்தான்.

மற்றொருவர்

வரப்படாது. அக்ரஹாரத்துக்கு அவா எல்லாம் வரக் கூடாது.

அப்பாதுரை

இங்க பாருங்க. நான் சொல்றதைக் கொஞ்சம் கேளுங்க.

ஒருவர்

நீ சொல்றதை நாங்க என்னடா கேக்கறது? நாங்க சொல்றதை நீ கேளுடா

செல்லம்மா வெளியே தலைகாட்டுகிறாள்.

அர்ச்சகர்

இதப்பாரு செல்லம்மா உனக்கு ரெண்டு பொண்ணு இருக்கு. அந்த ரெண்டு பொண்ணுக்கும் நல்லபடியா கல்யாணம் ஆகணும்னு சொன்னா, நாங்க சொல்றபடி செய். பாரதியை

அக்ரஹாரத்தைவிட்டு வெளிய கொண்டு போய் தனிக்குடித்தனம் வைச்சிடு. அப்படி இல்ல, நாங்க எல்லாம் சேர்ந்து உங்க குடும்பத்தையே ஜாதி பிரஷ்டம் பண்ணீடுவோம். என்ன சொல்றேள்?

மற்றொருவர்

ஆமா நாளைக்கே வச்சாகணும்.

எல்லோரும்

நாளைக்கே இங்கேர்ந்து போயிடணும்.

காட்சி 52

கடையம். அக்கிரகாரத்துக்கு வெளியே ஒரு தனி வீடு. பகல்.

பாரதி சுற்றுப்புறத்தை ரசித்துக் கொண்டிருக்கிறான். அப்போது தனி வீட்டை ஏற்பாடு செய்து தந்த நாராயணப் பிள்ளை அங்கே வருகிறார்.

நாராயணப்பிள்ளை

பாரதி அக்கிரகாரத்திலிருந்து வெளிய அனுப்பிட்டாங்கன்னு கவலைப்படாதே. எல்லாத்துக்கும் நாங்க இருக்கோம். இடமெல்லாம் எப்படி இருக்கு?

பாரதி

எத்தனை ஒலிகள்.. எத்தனை மணங்கள் எத்தனை கோடி இன்பம் வைத்தாய் எங்கள் இறைவா.

நாராயணப்பிள்ளை

பாரதி நீ ஹாய்யா பாட்டுப் பாடிட்டு இரு. நான் வரட்டுமா. வீட்லேர்ந்து சாப்பாடு அனுப்பி வைக்கிறேன்.

பாரதி

வேண்டாம் செல்லம்மா அனுப்புவா.

நாராயணப்பிள்ளை

அப்படியா சரி எனக்கு அந்தப் பாக்யம் இல்ல. என் சம்சாரம் போய் சேர்ந்துட்டா. மனைவி சமைக்கிற சாப்பாட்டுக்கு ஈடு ஏது? வரட்டுமா?

நாராயணப்பிள்ளை அங்கிருந்து செல்கிறார்.

காட்சி 53

கடையம். அக்கிரகார தெரு.

சிறுவன் ஒருவன் பாரதிக்குச் சாப்பாடு கொண்டு செல்கிறான். அங்கே அமர்ந்திருக்கும் அக்கிரகார வாலிபர்கள் அவனிடம் வம்பு செய்கிறார்கள்.

ஒருவன்

டேய் நில்லுடா என்னடாது?

சிறுவன்

எங்க அத்திம்பேருக்குச் சாப்பாடு கொண்டு போறேன்.

மற்றொருவன்

ஓஹோ! பாரதிக்குச் சாப்பாடா? இங்க கொண்டா.

சிறுவன்

அத்திம்பேர் பசியோட இருப்பார்.

சிறுவனிடமிருந்து சாப்பாட்டைப் பலவந்தமாகப் பறித்து அங்கிருக்கிறவர்கள் சாப்பிட துவங்குகிறார்கள்.

சிறுவன்

அய்யய்யோ வேண்டாம் எதுவும் செய்யாதீங்க மாமா வேண்டாம் எதுவும் செய்யாதீங்க மாமா அத்திம்பேர் பசியோட இருப்பாரு மாமா.

மற்றொருவன்

ஏண்டா அழற? போய் அவனண்ட சொல்லு அக்ரஹாரத்து சாப்பாட்டை, அக்ரஹாரத்து மனுஷாளே சாப்டுட்டான்னு சொல்லு, போ

எல்லோரும் சிரிக்கிறார்கள்.

காட்சி 54

கடையம். பாரதியின் தனி வீடு. பகல்.

பாரதிக்கு வீட்டிலிருந்து சாப்பாட்டைக் கொண்டு வந்த சிறுவன் வேகமாக ஓடி வருகிறான்.

சிறுவன்

அத்திம்பேர், உங்க சாப்பாட்டைப் பூரா தெருவுல புடிங்கி சாப்பிட்டுட்டா.

பாரதி

அப்படியா? பாரதிக்கு அக்ரஹாரத்துலதான் சாப்பாடு கிடைக்கும்னு நினைச்சுட்டுதுங்களா அந்த ஞான சூன்யங்கள்?

சற்றுத் தொலைவில் சிறுவர்கள் ஆடு மேய்த்துக் கொண்டிருக்கிறார்கள். பாரதி அவர்களுக்குக் கேட்குமாறு உரத்த குரலில் பேசுகிறான்.

பாரதி

தம்பீங்களா? தம்பீங்களா? எனக்கு சாப்பாடு தருவீங்களா?

சிறுவர்கள்

எங்க சாப்பாட்டைச் சாப்பிடுவீங்களா சாமீ?

பாரதி

சாப்பிடுவேன். சாப்டுவேன். எனக்கு எல்லா இடத்துலயும் சாப்பாடு கிடைக்கும். தம்பிகளா, இன்னிக்கு உங்க கூடதான் சாப்பாடு.

பாரதி அவர்களிடம் ஓடிச் செல்கிறான். அவர்கள் சாப்பாடு மூட்டையை அவிழ்க்கிறார்கள். பாரதி ஆர்வத்தோடு அவர்களுடன் சேர்ந்து உண்கிறான்.

அக்ரகாரத்தில், செல்லம்மா மகள்களுடன் சாப்பிடத் தொடங்குகிறாள். சாப்பிடத் தொடங்குமுன், பாரதி இந்நேரம் சாப்பிட்டிருப்பாரோ இல்லையோ என்ற கவலையில் அவள் மூழ்குகிறாள்.

காட்சி 55

கடையம். பாறைகள் நிறைந்த குன்றுப் பகுதி. பகல்.

பாரதி அங்கிருக்கும் பாறையின் மேல் எதையோ எழுதி கணக்கு போட்டுக் கொண்டிருக்கிறான். அப்போது நாராயணப்பிள்ளையும் நண்பர்களும் அங்கே வருகிறார்கள்.

நாராயணப்பிள்ளை

என்ன பாரதி, கணக்கெல்லாம் போட்டுக்கிட்டு?

பாரதி

ஆமாம் கணக்குதான். நான் இதுவரைக்கும் எழுதுன எழுத்துப் பிரதிகள் எல்லாத்தையும் நாற்பது தனித்தனி புத்தகங்களா அச்சிடப் போறேன். ஒவ்வொரு புத்தகத்துலயும் பத்தாயிரம் பிரதி வெளிவர போகுது. விளம்பரச் செலவு மட்டும்

பத்தாயிரம் ரூபா. அந்த நான்கு லட்சம் புத்தகங்களும் மண்ணெண்ணை தீப்பட்டிகளைக் காட்டிலும் வேகமா வித்து தீரப் போகுது.

நாராயணப்பிள்ளை

இதுக்கெல்லாம் பணம்?

பாரதி

பணம்... தெரிஞ்சவங்க எல்லார்கிட்டயும் கடனா வாங்கப் போறேன். வட்டியோட திருப்பி தரப் போறேன். இது சம்பந்தமா எட்டயபுரம் போய் ராஜாவையும் பாக்கப் போறேன்.

நண்பர்

ஆனா இந்த விஷயம் அங்க போன பிறகு பாரதிக்கு ஞாபகத்துக்கு வரணுமே?

பாரதி

ஆங்...

காட்சி 56

எட்டயபுரம். அக்கிரகார தெரு. பகல்.

பாரதி தனது ஊரையும் மக்களையும் பார்க்க வீதியில் வருகிறான். பாரதி வருகிற செய்தி அக்ரகாரத்துக்குள் பரவி விடுகிறது.

பாரதியைப் பார்க்க ஆவலுடன் ஆண்களும் பெண்களும் திரளுகிறார்கள்.

பஞ்சாட்சர அய்யருக்கு இது பிடிக்கவில்லை.

பஞ்சாட்சரம்

ஏன் ஓடுறேள்? என்ன விஷயம்?

அய்யர் 1

நம்ம சுப்பையா வந்திருக்காராம். அவனைப் பாக்கத்தான் எல்லாரும் ஓடுறோம்

பஞ்சாட்சரம்

பாரதியா? அவன் பிரிட்டிஷ் கவர்மெண்ட்டோட விரோதியாச்சே? அவனை ஆதரிச்சா நம்மளை யெல்லாம் புடிச்சு உள்ள போட்டுருவாங்களே?

அய்யர் 2

பஞ்சாட்சரம்.. என்ன சொல்றேள்? புடிச்சு உள்ள போட்டுருவாளா?

பஞ்சாட்சரம்

ஆமாங்கறேன்.

தான் வாழ்ந்த தெருவுக்கு வந்த பாரதி, குனிந்து தன் ஊர் மண்ணை முத்தமிடுகிறான். ஆனால் கூடியிருக்கிற பெண்களும் ஆண்களும் அவனுக்கு எதிராக குசுகுசுவென்று பேசத் தொடங்குகிறார்கள். எல்லாரும் விலகி ஓடுகிறார்கள்.

பெண்

யாரது சுப்பையாவா? என்ன தாடியெல்லாம் வைச்சிண்டு?

பெண் 2

சுப்பையா போற இடமெல்லாம் பிரச்னைதான்.

அய்யர் 1

இவன் ஏன் ஊருக்குத் திரும்பி வந்தான்?

அய்யர் 2

ஆமா நாம இங்க இருந்தா போலீஸ், நம்மளையும் பிடிச்சிண்டு போயிடுவா.

அய்யர் 3

ஆமாமா வாங்க வாங்க.

அய்யர் 4

ஆமா வந்து தொலைங்க.

பெண்

அங்க என்னடி வேடிக்கை? உள்ள வா.

சிலர் பார்க்க விரும்பாமல் வீட்டின் கதவுகளை அடைத்துக் கொள்கிறார்கள். கனத்த மனதுடன் பாரதி மேற்கொண்டு நடக்கிறான்.

சற்று தூரத்தில் மூங்கில் கூடைகள் பின்னும் பணியாளர்கள் சிலர் வேலையில் ஈடுபட்டிருக்கின்றனர். பாரதியை அவர்கள் அடையாளம் கண்டு கொள்கிறார்கள்.

பெண்

அய்யர் வீட்டு சுப்பையாதானே?

ஆண்

இப்ப எதுக்காக இங்க வந்தாரு?

ஆர்வத்தோடு அனைவரும் பாரதியிடம் செல்கிறார்கள். பாரதி அவர்களோடு பேசுகிறான்.

பாரதி

எட்டயபுரத்திலே பிறந்து, பிரெஞ்சுக்காரனே அதிசயிக்கும் வகையில் பாடல்களை இயற்றி, புகழ்பெற்ற மகாகவி ஊருக்குத் திரும்பி வந்திருக்கிறான். போங்கள், உங்கள் ராஜாவிடம் போய் சொல்லுங்கள். நான் இப்படியே அங்கே வரமுடியாது. ஏனென்றால் நான் உலகம் முழுமைக்கும் சொந்தக்காரன். ராஜாவோ சிறிய

சமஸ்தானத்திற்கு சொந்தக்காரன். எனக்கு வாத்தியங்கள், சால்வைகள், ஜதி பல்லக்கு பரிவாரங்களை உடனே அனுப்பச் சொல்லுங்கள். நான் இங்கே காத்திருக்கிறேன்.

அங்கிருக்கும் கிணற்றின் சுவரில் அமர்ந்துகொள்கிறான்.

பெண்

என்னாச்சு இவருக்கு?

ஆண்

ராஜாவையே இங்க வரச் சொல்லுறாரு? இது என்ன வேடிக்கையாக இருக்கே?

ஆண் 2

அதெல்லாம் ஒண்ணுமில்லைய்யா. சுப்பையா கிறுக்கன் ஆகிட்டார்.

காட்சி 57

எட்டயபுரம் அரண்மனை. பகல்.

எட்டயபுரம் மகாராஜா பாரதியின் வருகைக்காகக் காத்திருக்கிறார். திவான் அங்கே வந்து மகாராஜாவை வணங்குகிறார்.

மகாராஜா

திவான், இன்னிக்கு சுப்பையா எங்கிட்ட உதவி கேட்டு வர்றதா சொல்லி இருந்தான். நானும் காலைலேர்ந்து அவனுக்காகக் காத்துக்கிட்டு இருக்கேன். இன்னும் அவனைக் காணலையே?

திவான்

ஹைனஸ், பாரதி பிரிட்டிஷ் சர்க்காருக்கு எதிரியா இருக்கான். அவனுக்கு ஏதாவது ஒத்தாசை பண்ணி, பிரிட்டிஷார் கோபத்துக்கு நாம ஆளாகனுமா?

மகாராஜா

பாரதி நம்ம சமஸ்தானத்துக் குழந்தை. இன்னிக்கு எவ்வளவு பெரிய பேர் எடுத்திருக்கான்? அவனுக்குக் கூட நம்மால கௌரவம் செய்ய முடியலையே?

காட்சி 58

எட்டயபுரம். காட்டன் ஜின்னிங் பேக்டரி. பகல்.

பாரதியின் தந்தையார் காலத்திலிருந்த ஜின்னிங் பேக்டரி இப்போது எல்லாம் சிதைந்து புதர் போல காட்சியளிக்கிறது. பாரதி உள்ளே சென்று பார்வையிடுகிறான். தனது அப்பா அமர்ந்திருந்த நாற்காலி கூட அங்கே உடைந்து காணப்படுகிறது. அதனருகே அமர்ந்து தன் அப்பாவின் நினைவுகளில் மூழ்குகிறான். அவன் அப்பா இறக்கும் முன்பு தன்னிடம் சொன்ன சொற்கள் அவனுக்கு நினைவில் வருகின்றன. அவன் கண்கள் கலங்குகின்றன.

சின்னசாமி

நான் காலத்தை மீறி கனவு கண்டு ஏமாந்து போயிட்டேன். நீயும் காலத்தை மீறி கனவு காணாதே.. மோசம் போயிடாதே...

காட்சி 59

கடையம். அப்பாதுரை வீடு. பகல்.

தங்கம்மாவைப் பெண் பார்க்க வரனின் குடும்பத்தினர் வந்திருக்கிறார்கள். அக்கிரகாரத்து பெரியவர்களும் கூடத்தில் அமர்ந்திருக்கிறார்கள். தங்கம்மா எல்லோருக்கும் நமஸ்காரம் செய்கிறாள்.

வரனுடன் வந்தவர்

பொண்ணை எங்களுக்கு ரொம்ப பிடிச்சிருக்கு. வர்ற முகூர்த்தத்துல கல்யாணத்தை முடிச்சிருவோம்.

செல்லம்மா, அப்பாதுரையை அழைத்து அவன் காதில் சொல்கிறாள்.

செல்லம்மா

அவரண்ட ஒரு வார்த்தை கேட்டுண்டு சொல்லலாம்

அப்பாதுரை அக்கிரகாரத்தாரிடம் சொல்கிறான்.

அப்பாதுரை

பொண்ணோட தகப்பனார்கிட்டயும் ஒரு வார்த்தை...

அக்கிரகாரத்துக்காரர்களுக்கு எரிச்சல் வருகிறது.

ஒருவர்

இதோ பாரு அப்பாதுரை.. பாரதி இந்தக் கல்யாணத்துக்கு வந்தான்னா, நாங்க எல்லாம் ஒதுங்கிக்கிறோம்.

மற்றவர்

சாஸ்திரம் சம்பிரதாயம் இதப்பத்தியெல்லாம் அவனுக்கு என்னடா தெரியும்?

ஒருவர்

நம்ம ஆச்சாரம் அனுஷ்டானம் அதுல எல்லாம் அவனுக்கு நம்பிக்கை கிடையாது.

மற்றவர்

ஆமாமா அவன்பாட்டுக்குச் சபையில வந்து உட்கார்ந்துண்டு எதாவது கிறுக்குத்தனமா உளறிண்டு இருப்பான்.

அடுத்தவர்

இதெல்லாம் எங்களுக்கு ஒத்து வராது.

ஒருவர்

பாரதி வந்தா நாங்க எல்லாம் இல்லை.

அக்கிரகாரத்துக் காரர்கள் எழுந்து செல்ல முயல்கிறார்கள். அப்பாதுரை அவர்களைச் சமாதானப்படுத்துகிறான். மேற்கொண்டு நடக்க ஆவன செய்கிறான்.

அப்பாதுரை

கோவிச்சிக்காதீங்க.. உட்காருங்கோ.

ஒருவர்

அப்ப முகூர்த்த நாள் குறிச்சிடுவோம்.

காட்சி 60

கடையம். அப்பாதுரை வீடு. இரவு

தங்கம்மாவின் திருமண ஏற்பாடுகள் நடந்து கொண்டிருக்கின்றன. உறவினர்கள் வந்திருக்கிறார்கள். அப்போது குவளை, வண்டி ஒன்றில் வந்திறங்குகிறான்.

குவளை

கல்வி சிறந்த தமிழ்நாடு புகழ்
கம்பன் பிறந்த தமிழ்நாடு நல்ல
பல்விதமாயின சாத்திரத்தின் மணம்
பாரெங்கும் வீசும் தமிழ்நாடு
செந்தமிழ் நாடெனும் போதினிலே இன்பத்
தேன் வந்து பாயுது காதினிலே.

வண்டிக்காரன்

கல்யாண வீடு வந்துருச்சு சாமி.

குவளை

வந்துடுத்தா?

வீட்டு வாசலில் அப்பாதுரை, குவளையை வரவேற்கிறான்.

அப்பாதுரை

வாங்கோ.

குவளை

அப்பாதுரை... நல்லா இருக்கியா?

அப்பாதுரை

நீங்க வந்ததுல ரொம்ப சந்தோஷம். வாங்கோ

குவளை வீட்டினுள் நுழைகிறான். அங்கே செல்லம்மாவுடன் உறவுப் பெண்கள் இருக்கிறார்கள்.

குவளை

மாமி, நமஸ்காரம்.

செல்லம்மா

வா குவளை.

குவளை

டிரெய்ன் ரொம்ப லேட்டாயிடுச்சு. எங்க முகூர்த்தத்துக்கு வர முடியாதோன்னு பயந்துட்டேன்.

செல்லம்மா

எப்படியோ முகூர்த்தத்துக்கு முன்னாடியே வந்துட்டியே. ரொம்ப சந்தோஷம்.

குவளை

வர்ற வழியெல்லாம் பாரதியோட பாட்டைப் பாடிண்டே வந்தேன். அவர் கேட்டிருந்தா, என்னைக் கோவிச்சிண்டிருப்பார். எங்க பாரதி? எங்க அவர்? எங்கடா?

செல்லம்மா அழுகையைக் கட்டுப்படுத்த முடியாமல் பக்கத்து அறைக்குள் ஓடுகிறாள். அழுகிறாள். அப்பாதுரை அவளைத் தேற்றுகிறான்.

அப்பாதுரை

செல்லம்மா...

செல்லம்மா

அண்ணா, இதுக்கு மேலயும் என்னால முடியாது. அவர் இல்லாம இந்தக் கல்யாணத்தை நடத்தற தைரியம் எனக்கு இல்ல. வாண்ணா போய் அவரைக் கூட்டிண்டு வந்துருவோம்

காட்சி 61

கடையம். குன்றுப் பகுதி. இரவு.

அப்பாதுரையும் செல்லம்மாவும் பாரதியைத் தேடிச் செல்கிறார்கள். இறுதியில் பாறை ஒன்றின் மேல் பாரதி படுத்திருப்பது தெரிகிறது.

இருவரும் பாரதியின் அருகில் செல்கிறார்கள்.

அப்பாதுரை, பாரதியை எழுப்புகிறான்.

அப்பாதுரை

பாரதி, பாரதி!

பாரதி விழிக்கிறான். அப்பாதுரையையும், அழுதபடி நிற்கின்ற செல்லம்மாவையும் ஒருவித குழப்பத்துடன் பார்க்கிறான்.

அப்பாதுரை

பாரதி, குளிச்சிட்டு இந்தத் துணிமணியெல்லாம் மாத்திக்கோ. இன்னிக்கி தங்கம்மாவை நீதான் கன்னிகாதானம் பண்ணிக் குடுக்கணும்.

பாரதி

கன்னிகா தானமா?

அப்பாதுரை

இன்னிக்கி தங்கம்மாவுக்குக் கல்யாணம்.

இதைக் கேட்ட பாரதி மிகப் பெரிய அதிர்ச்சிக்குள்ளாகிறான். சப்தமிட்டு தேம்பித் தேம்பி அழுகிறான். செல்லம்மாவும் அழுகிறாள்.

பாரதி திடீரென்று அழுவதை நிறுத்துகிறான். ஏதோ தீர்மானித்தவன் போல ஆடைகளை வாங்கிச் செல்கிறான்.

காட்சி 62

கடையம். அப்பாதுரை வீடு. பகல்.

திருமண ஏற்பாடுகள் நடந்துகொண்டிருக்கின்றன. பந்தல் முழுவதும் ஆண்களும் பெண்களும் நிறைந்திருக்கிறார்கள். பாரதி, ஒரு பொறுப்புள்ள பிராமணத் தந்தையைப்போல, பூணூல் இட்டுக் கொண்டு மிடுக்காக நடந்து வருகிறான். அவனுடன் செல்லம்மாவும், அப்பாதுரையும் வருகிறார்கள். பாரதியைப் பார்த்ததும், அக்ரகாரத்துக்காரர்கள் ஏளனமாகப் பேசுகிறார்கள்.

ஒருவர்

அடடே யார் வர்றா பாரு.

இன்னொருவர்

அட பாரதி! ஆளே மாறிட்டான் ஓய்!

அடுத்தவர்

ஓய் பூணூல் கூட போட்டிருக்கான். நம்ம வழிக்கு வந்துட்டான்

ஒருவர்

பொண்ணு கல்யாணமாச்சே. வந்துதானே தீரணும்?

பாரதி

மூடர்களே, கேளுங்கள், நான் மகாகவியாக மிக உயர்ந்த இடத்தில் வாழ்ந்து கொண்டிருப்பவன். ஒரு சாதாரண பிராமணத் தந்தையாக இறங்கி வருவதில் எனக்கு கஷ்டம் ஒன்றுமில்லை.

பாரதி மிகவும் இயல்பாகச் சென்று மந்திரம் சொல்லும் வாத்யாரின் அருகில் அமர்கிறான். தாமே மந்திரமும் சொல்லுகிறான். தங்கம்மாவை மடியில் ஏந்தி, கன்னிகாதானம் செய்துகொடுக்கிறான். எல்லாம் முடிந்த பிறகு தங்கம்மாவிடம் பாரதி கேட்கிறான்.

பாரதி

தங்கம்மா.. நீயுமா என்னைப் பித்தன் என்று நினைத்து விட்டாய்?

காட்சி 63

கடையம். நாராயணப்பிள்ளையின் தோட்ட பங்களா. பகல்.

நாராயணப்பிள்ளை ஊஞ்சலில் அமர்ந்திருக்கிறார். பாரதி, எதிரில் நாற்காலியில் அமர்ந்திருக்கிறான்.

பிள்ளை

என்ன பாரதி, ஒருவழியா அக்ரகாரத்துலயே போயி சேர்ந்துட்டீரா?

பிள்ளை, உட்புறமாகத் திரும்பி பேசுகிறார்.

பிள்ளை

அம்புஜம், பலகாரம் எடுத்துட்டு வா.

கதவைத் திறந்துகொண்டு அம்புஜம், பலகாரங்கள் எடுத்து வருகிறாள். அவளைப் பார்த்து பாரதி அதிர்ச்சியடைகிறான். அக்ரகாரத்திலிருக்கும் அர்ச்சகரின் மனைவி அவள். பலகாரங்களைப் பாரதிக்கு எதிரே வைக்கிறாள்.

பிள்ளை

பாரதி இவளைத் தெரியலையா? நம்ம அர்ச்சகரோட சம்சாரம். இப்ப நம்ம பாதுகாப்புலதான் இருக்கா. அம்புஜம் உள்ள போ.

பிள்ளை பாரதியிடம் பேசுகிறார்.

பிள்ளை

என்ன ஒரு மாதிரி ஆகிட்ட? சாப்பிடு பாரதி, சாப்பிடு. பெரிய புரட்சி பேசுறியே எம் பையனுக்கு உன் ரெண்டாவது பொண்ணைக் கலியாணம் பண்ணி வையேன் பார்ப்போம்.

பாரதி பதட்டம் ஏதுமின்றி நிதானமாகப் பதிலளிக்கிறான்.

பாரதி

என் வீட்டுல நடக்கற கல்யாணத்துல எனக்கு இருக்குற அதிகாரம், உங்களுக்கு நல்லாவே தெரியும். நீங்க என்ன மாதிரி கிடையாது. ஊருக்கே நீங்க பெரிய மனுஷன். ஊர்ல நடக்குற ஜாதி தகராறு எல்லாத்தையும் நீங்க தீர்த்து வைச்சு சமாதானம் பண்ணுறீங்க. நீங்க ஏன் உங்க மகனுக்கு ஒரு ஆதி திராவிட பொண்ணையோ, அருந்ததிய பொண்ணையோ கூட்டி வைக்கக் கூடாது?

'ஆதிதிராவிட பெண்' என்று கேட்டதுதான் தாமதம், பிள்ளைக்குக் கண்கள் சிவக்கின்றன. 'பாரதி' என்று கத்திக்கொண்டு வெறி பிடித்தவரைப் போல ஓடிச் சென்று துப்பாக்கியை எடுத்து வந்து பாரதியின் முன் நீட்டுகிறார், கொன்றுவிடுவேன் என்று சொல்வதைப் போல. பாரதி அசையாமல் இருக்கிறான். பிள்ளையோ சுயமாகச் சாதாரண நிலைக்கு வந்து விடுகிறார்.

காட்சி 64

கடையம். அப்பாதுரை வீடு. பகல்.

செல்லம்மாள் வீட்டின் பின் பகுதியில் வேலையாக இருக்கிறாள். அக்கிரகாரத்துக் காரர்கள் புயலைப் போல் வீட்டினுள் நுழைகிறார்கள்.

ஒருவர்

அப்பாதுரை இல்ல போலிருக்கே! செல்லம்மா, செல்லம்மா!

செல்லம்மா அவர்களருகே வந்து நிற்கிறாள். அவளுக்கு எச்சரிக்கை செய்வதற்காகவே அவர்கள் வந்திருக்கிறார்கள். பாரதி வீட்டில் இல்லை என்று நினைத்துக் கொண்டு அவர்கள் பேசுகிறார்கள்.

மற்றொருவர்

இத பாரு, உன் புருஷன் கழுதையைக் கொஞ்சுறான். கண்டதை திங்கறான். கண்ட கண்டவாளோடு சகவாசம் வைச்சுண்டு இருக்கான். ஒரு நல்ல பிராமணனா வாழ மாட்டேங்கறான். அதுவாவது பரவாயில்லை. நேத்து என்ன நடந்தது தெரியுமா நோக்கு?

திடீரென்று மேல் மாடியிலிருந்து பாரதி அங்கே இறங்கி வருகிறான். பாரதியைக் கண்டதும் பயந்து போய் அவர்களுக்குப் பேச்சு குழற ஆரம்பிக்கிறது.

வேறொருவர்

பாரதியோட நன்மைக்குத்தான் சொல்றோம். பிள்ளைகிட்ட கொஞ்சம் மரியாதையா நடந்துக்கிட்டா நல்லது. பிள்ளைவாள் நம்மள மாதிரி இல்ல. கையில துப்பாக்கியெல்லாம் வச்சிண்டு இருக்கார். நம்மளையெல்லாம் மேலோகத்துக்கு அனுப்பிடுவார். அதுதான் பயம்.

அர்ச்சகர்

பிள்ளைவாள் கூட நேத்து என்னண்ட ரொம்ப வேதனைப் பட்டுண்டார்.

அர்ச்சகர் பேசத் தொடங்கியவுடனே, பாரதிக்குக் கோபம் பொத்துக் கொண்டு வருகிறது.

பாரதி

ஏண்டா, பிள்ளை நேத்து உங்கிட்ட வேதனைப்பட்டாரா?

பாரதி வேகமாகச் சென்று அர்ச்சகரின் மேல்துண்டை பிடித்துக் கொண்டு கண்மண் தெரியாமல் அடிக்கத் தொடங்குகிறான்.

பாரதி

இல்ல அவர் கூட இருக்காளே, உன் பொஞ்சாதி.. அவகிட்ட வேதனைப்பட்டாரா? சொல்லு.

செல்லம்மா பாரதியைத் தடுக்கிறாள். ஆனால் பாரதி அடிப்பதை நிறுத்தவில்லை.

செல்லம்மா

சொன்னா கேளுங்கோ சொன்னா கேளுங்கோ...

பாரதி

சொந்தப் பொஞ்சாதிய பாதுகாப்பு செய்றதுக்கு உனக்கு வக்கில்ல.. எனக்கு அறிவுரை சொல்ல வந்துட்டியா? எனக்கு அறிவுரையா சொல்ற?

செல்லம்மா

அடிக்காதீங்கோ அடிக்காதீங்கோ..

காட்சி 65

ரயில்வே ஸ்டேஷன். பகல்

வண்டி நின்றுகொண்டிருக்கிறது. பாரதி பிளாட்பாரத்தில் நடமாடிக் கொண்டிருக்கிறான். ரயில் பெட்டி ஒன்றில் செல்லம்மாவும் சகுந்தலாவும் அமர்ந்திருக்கின்றனர். அவர்களை வழியனுப்பி வைக்க வந்த இருவரில் ஒருவர் செல்லம்மாவிடம் குரலைத் தாழ்த்தி பேசுகிறார்.

ஒருவர்

பாரதி இங்க இருந்தா, நாராயணப்பிள்ளையோட ஆளுங்க, அவரை அடிச்சே கொன்னு போட்ருவாளாம். அதுனால அப்பாதுரை உங்களை மெட்ராசுக்கு வண்டி ஏத்திவிட சொல்லி எங்களை அனுப்பி இருக்கார். சுதேசமித்ரன்ல வேலைக்கு ஏற்பாடு பண்ணிட்டார். அதுவரைக்கும் யாரோ பிஷப்பாமே ஆர்யா அவா ஆத்துல தங்கச் சொல்லி இருக்கார். ஒத்தாசைக்குக் குவளையும் மெட்ராசுலதான் இருக்கான்.

மற்றொருவர்

செல்லம்மா பாரதியைக் கவனமா பாத்துக்க. ஏதோ ஒரு மாணிக்கம், நம்ம குப்பை மேட்டுல விழுந்துருச்சு. அதைப் பத்திரமா நீதான் பாத்துக்கணும். மனசைத் தளர விட்டுறாதே.

வண்டி புறப்படுகிறது. சிறுவனைப் போல் பாரதி ஓடி வந்து வண்டியில் ஏறிக் கொள்கிறான்.

காட்சி 66

சென்னை. பிஷப் ஹவுஸ். பகல்.

பாரதியை வரவேற்று பிஷப் ஆர்யா பேசிக் கொண்டு வருகிறார். அவர் பின்னால் அவரது மனைவி செல்லம்மாவையும் சகுந்தலாவையும் அழைத்துக் கொண்டு வருகிறார்.

பிஷப்

நா அமெரிக்காவிலேந்து வந்த பிறகு பிஷப் ஆனேன். இங்க வந்து ஆறு மாசம் ஆச்சு. நீ சுதேசமித்ரன் ஆபீசுக்கு இங்க இருந்தே போகலாம்.

பிஷப்பும் பாரதியும் உள்ளே செல்கிறார்கள்.

செல்லம்மாவையும் சகுந்தலாவையும் பிஷப்பின் மனைவி உள்ளே அழைத்துச் செல்கிறார்.

செல்லம்மா சகுந்தலாவிடம் ரகசியமாக கேட்கிறாள்.

செல்லம்மா

இவா எல்லாம் கிறிஸ்துவாளா?

சகுந்தலா

ஆமாம்மா

டைனிங் டேபிளில் பாரதி, செல்லம்மா, சகுந்தலா மூவருக்கும் பிஷப் தம்பதியினர் உணவு பரிமாறுகின்றனர். பாரதியும் சகுந்தலாவும் யாதொரு பிரச்னையுமின்றி உணவருந்துகின்றனர். ஆனால் ஆச்சாரமான செல்லம்மாவுக்கோ அவர்கள் பரிமாறும் உணவை உண்ண பிடிக்கவில்லை. இதை யூகித்த பிஷப், செல்லம்மாவின் அருகே வந்து அவளிடம் சொல்கிறார்.

பிஷப்

உங்களுக்கு இங்க சாப்பிட பிடிக்கலைன்னா, மாடில சமையல் கட்டு இருக்கு. அங்கயே சமைச்சு சாப்பிட்டுக்கலாம். MARTHA, WHY CANT YOU TAKE HER TO KITCHEN?

பிஷப்பின் மனைவி செல்லம்மாவை மேல் மாடியில் உள்ள சமையல் அறைக்கு அழைத்துச் செல்கிறாள்.

செல்லம்மாவின் நடத்தை, பாரதிக்குச் சற்றும் பிடிக்கவில்லை.

காட்சி 66A

பிஷப் ஹவுஸ். தனி சமையல் அறை.

செல்லம்மா சமையல் செய்து கொண்டிருக்கிறாள். பாரதி கோபமாக அங்கே வருகிறான்.

பாரதி

செல்லம்மா, நீ என்னோட 23 வருஷமா குடும்பம் நடத்துற. நான் புரட்சிக் கவிஞன்னு ஊர் பூரா மார்தட்டி நடக்கிறேன். ஆனா நீ சாப்பாட்டுல கூட ஜாதி பாக்குற? உனக்கு வெக்கமா இல்ல?

செல்லம்மா நிதானமாகப் பதில் சொல்கிறாள்.

செல்லம்மா

நா கவியா பொறக்கல. சாஸ்திர சம்பிரதாயத்துலதான் பொறந்தேன். அதுல இது நல்லது எது கெட்டது எதுன்னு பிரிச்சுப்பாத்து தூக்கி எரியற தைரியம் நேக்கு இல்ல. உங்களுக்கு லோக க்ஷேமம் முக்கியமா இருக்கலாம். ஆனா நேக்கு தெரிஞ்சது நம்ம குடும்ப க்ஷேமம் மட்டும்தான். என் ஆம்படையான் நல்லா இருக்கணும் என்

குழந்தைகளுக்குக் கல்யாணம் நடக்கணும். பேரன் பேத்தி எடுக்கணும். அவ்வளவுதான்.

பாரதி

செல்லம்மா நீ கூடவா என்னைப் புரிஞ்சுக்கல?

அப்போது குவளை அங்கே வருகிறான்.

குவளை

இங்கதான் இருக்கீங்களா? மாமி நீங்க சிரமப்படவே வேணாம். திருவல்லிக்கேணி பார்த்தசாரதி கோயில் பக்கத்துல ஒரு நல்ல வீடு ஒண்ணு பார்த்து வைச்சுட்டேன். நம்ம மண்டையம் மாமாவோட மெட்ராஸ் ஜாகையும் அங்க பக்கத்துலதான் இருக்கு.

காட்சி 67

சென்னை. சுதேசமித்திரன் ஆபீஸ். பகல்.

பத்திரிகை ஆசிரியர் இருக்கையில் அமர்ந்திருக்கிறார். அவருக்கு எதிரில் அவருடைய நண்பர் இருக்கிறார். அப்போது பாரதி தாம் எழுதிய கட்டுரை ஒன்றை ஆசிரியரிடம் கொடுக்கிறார்.

பாரதி

காந்தியப் பத்தி வியாசம் எழுதி இருக்கேன். எதிர்காலம் நம்பிக்கையா இருக்கு.

பாரதி அங்கிருந்து வெளியே செல்கிறார்.

ஆசிரியர்

எப்பேர்ப்பட்ட மேதாவி. அவர் கண்களில் முன்பு இருந்த கனல், இப்ப இல்லை. தேசத்தை எரிச்சுப் பாத்துப் பாத்து குறைஞ்சுட்டதோன்னு என் மனசுக்குப் படறது.

நண்பர்

அப்படி சொல்லிட முடியாது. கடற்கரை மீட்டிங்ல பேசிட்டுதானே இருக்கார்.

காட்சி 68

சென்னை. மெரீனா கடற்கரை. இரவு.

காங்கிரஸ் கூட்டம் நடந்து கொண்டிருக்கிறது. மேடையில் முன் வரிசையில் முக்கிய தலைவர்கள் அமர்ந்திருக்கிறார்கள். இரண்டாம் வரிசையில் பாரதி அமர்ந்திருக்கிறான்.

பேச்சாளர் ஒருவர் ஆங்கிலத்தில் உரையாற்றுகிறார். அதை எதிர்த்து மக்கள் கூச்சலிடுகிறார்கள்.

மக்கள்

நீங்க நிறுத்துங்க.. பாரதியைப் பாடச் சொல்லுங்க பாரதியைப் பாடச் சொல்லுங்க..

பேச்சாளர்

(எரிச்சலுடன்)

உங்க பாரதி நாளைக்குப் பாடுவார். என் பேச்சைக் கேளுங்க.

மக்கள் அதை ஏற்றுக் கொள்ளாமல் மீண்டும் மீண்டும் கூச்சலிட, வேறு வழியின்றி பாரதியைப் பாடச் சொல்கிறார்கள். பாரதி பாடுகிறான்.

பாடல்

பாரத சமுதாயம் வாழ்கவே - வாழ்க வாழ்க
பாரத சமுதாயம் வாழ்கவே

பாரத சமுதாயம் வாழ்கவே - வாழ்க வாழ்க
பாரத சமுதாயம் வாழ்கவே

முப்பது கோடி ஜனங்களின் சங்கம்
முழுமைக்கும் பொது உடைமை;
முப்பது கோடி ஜனங்களின் சங்கம்
முழுமைக்கும் பொது உடைமை;
ஒப்பி லாத சமுதாயம்
உலகத்துக் கொருபுதுமை - வாழ்க வாழ்க

காட்சி 69

சென்னை. ராஜாஜி வீடு. பகல்.

காங்கிரஸ் தலைவர்கள் மத்தியில் காந்திஜி உரையாற்றிக் கொண்டிருக்கிறார். அருகில் ராஜாஜி அமர்ந்திருக்கிறார்.

காந்திஜி

We have to stage a country wide Hartal. Our struggle is a Dharmic struggle. Therefore it will be appropriate to commence the Hartal with self purification,. On the day of Hartal everyone should devote the entire day towards prayer and fasting…

காந்திஜி

(ராஜாஜியிடம்)

C.R. தமிழ்ல Fastingக்கு என்ன சொல்வீங்க? உபவாசம் தானே?

ராஜாஜி

உபவாசம் தான்.

ஹாலுக்கு வெளியே வாசல் கதவருகே வ.ரா. நிற்கிறார். யாரையும் உள்ளே விடாமல் அவர் தடுத்து நிறுத்துகிறார்.

வ.ரா

காந்தியடிகள் ஒரு முக்கியமான கூட்டத்துல இருக்காரு. யாரையும் உள்ளே விடக்கூடாதுன்னு கண்டிப்பான உத்தரவு.

பாரதி அங்கே வருகிறான். உரிமையோடு 'என்ன ஓய் வ.ரா சௌக்கியமா?' என்று கூறிவிட்டு வ.ரா தடுப்பதற்கு முன்னால் நேராக உள்ளே சென்று விடுகிறான்.

காந்தியின் உரை தொடர்கிறது.

காந்திஜி

உபவாசமும் பிரார்த்தனையும் ஜனங்க செய்யணும். இந்த விஷயத்தைக் கிராமம் கிராமமா ஊர் ஊரா மக்கள் மத்தியில் எடுத்து செல்லணும். நான் சொல்றது எல்லாம் புரியுதா உங்களுக்கு?

பாரதி நேராக காந்திஜியின் முன் சென்று அவருக்கு அருகே அமர்ந்து விடுகிறான்.

பாரதி

நமஸ்தே, உங்களை பார்த்ததில் எனக்கு மிகவும் சந்தோஷம். மிஸ்டர் காந்தி இன்று மாலை ஐந்தரை மணிக்கு நான் திருவல்லிக்கேணி கடற்கரையில் பேசப் போகிறேன். அந்தக் கூட்டத்திற்கு தாங்கள் தலைமை தாங்க முடியுமா?

காந்திஜி குஜராத்தி மொழியில் தனது உதவியாளரிடம் இன்றைய நிகழ்ச்சிகள் என்ன என்பதைக் கேட்டறிகிறார்.

பாரதியின் செய்கையைக் குறித்து சென்னை காங்கிரஸ் தலைவர்கள் தங்களுக்குள் பேசிக்கொள்கிறார்கள்.

ஒருவர்

யார் இவனை உள்ள அனுப்புனது?

இன்னொருவர்

(ரகசியமாக)

இவன் பித்துப் பிடிச்சவனாச்சே. காந்திகிட்ட ஒண்ணுகிடக்க ஒண்ணு உளறிடப் போறான்.

காந்திஜி பாரதியிடம் பேசுகிறார்.

காந்திஜி

இன்னிக்கு வர இயலாது. நாளைக்கு உங்க கூட்டத்தை மாத்தி வைச்சுக்க முடியுமா?

பாரதி

அது முடியாது. நான் போய் வருகிறேன். மிஸ்டர் காந்தி தாங்கள் ஆரம்பிக்கப் போகும் இயக்கத்தை நான் ஆசீர்வதிக்கிறேன்.

பாரதி கம்பீரமாக அங்கிருந்து நடந்து செல்கிறான். பாரதி சென்றதும் காந்திஜி ராஜாஜியிடம் கேட்கிறார்.

காந்திஜி

WHO IS THIS MAN?

ராஜாஜி

இவர் எங்கள் தமிழ்நாட்டின் தேசிய கவி

காந்திஜி

இவரைப் பத்திரமாகப் பாதுகாக்க வேண்டும். அதற்கு தமிழ் நாட்டில் எவரும் இல்லையா?

காட்சி 70

திருவல்லிக்கேணி. பார்த்தசாரதி கோயில். பகல்.

பாரதி, கோயில் யானைக்குப் பழமும் தேங்காயும் கொடுக்கிறான். எதிர்பாராத விதமாக யானை மதமேறி பாரதியைத் தூக்கிப் போட்டுவிடுகிறது. பாரதி தரையில் சென்று விழுகிறான், காயங்களுடன்.

குவளையும், மண்டையம் அய்யங்காரும் மற்றவர்களும் ஓடி வந்து பாரதியைக் குதிரை வண்டியில் ஆஸ்பத்திரிக்கு எடுத்துச் செல்கிறார்கள். குதிரை வண்டியில் பாரதிக்கு அருகில் அமர்ந்து குவளை கதறுகிறான். வண்டி சென்று கொண்டிருக்கிறது.

குவளை

பாரதி, இந்த யானைக்குத் தினமும் பழமா குடுத்துட்டு வந்தியே, இன்னிக்கி உன்னையே அடிச்சிடுத்தே!

பாரதி

குவளை, யானையைக் குற்றம் சொல்லாதே, என்னை மிதிக்கலையே, தெரியாம தள்ளிட்டது, என்னை யாருன்னு தெரிஞ்சிருந்தா தள்ளியிருக்காது. நீதான் என்னைக் காப்பாத்திட்டியே!

காட்சி 71

சென்னை. சுதேசமித்திரன் பத்திரிகை ஆபிஸ். பகல்.

ஆசிரியரும் அவரது நண்பரும் உரையாடிக் கொண்டிருக்கிறார்கள்.

நண்பர்

பாரதி ஆபீசுக்கு வர ஆரம்பிச்சிட்டாரா? யானை அடிச்சதா கேள்விப் பட்டேன்?

ஆசிரியர்

காயமெல்லாம் ஆறி ஒரு வாரமா ஆபிஸ் வந்திட்டிருக்கார். தலைப்பாகை இருந்ததாலதான் அவர் பொழைச்சார்.

பாரதி மிகுந்த சோர்வுடன் தன் இருக்கையில் அமர்ந்து எழுதிக் கொண்டிருக்கிறான். கட்டுரையை எழுதி முடித்தவுடன் ஆசிரியரிடம் வருகிறான்.

ஆசிரியர்

பாரதி உடம்புக்கு முடியலைன்னா ஆத்துல இருந்து ஓய்வு எடுத்துக்கோயேன். இங்கே வந்து ஏன் கஷ்டப்படணும்?

பாரதி

காந்திஜி தேசத்துக்குப் புதிய வேகத்தைக் கொடுத்திருக்கார். ஒரு கோடி பேரை காங்கிரஸ்ல சேர்க்கணும் திலகர் சுயராஜ்ய நிதிக்கு ஒரு கோடி ரூபாய் புரட்டணும். இருபது லட்சம் ராட்டைகள் சுழலச் செய்யணும். வீட்டுல எப்படி உட்கார முடியும், அய்யங்காரே...! இந்தாங்க இன்னிக்கி என்னுடைய கட்டுரை.

ஆசிரியர் கட்டுரையின் தலைப்பை வாசிக்கிறார்.

ஆசிரியர்

மனிதனுக்கு மரணமில்லை.

பாரதி அங்கிருந்து நடந்து செல்கிறான்.

காட்சி 72

சென்னை. பாரதி வீடு. இரவு.

பாரதி படுத்த படுக்கையாக கிடக்கிறான். செல்லம்மா பாரதிக்கு கஷாயம் தயாரித்துக் கொண்டிருக்கிறாள். மண்டையம் அய்யங்காரிடம் தனது பயத்தையும் கவலையையும் சொல்கிறாள். அருகில் குவளையும் நிற்கிறான்.

செல்லம்மா

படுத்தபடுக்கையாகி விட்டார். மருந்து சாப்பிட மாட்டேங்குறார். உணவும் எடுத்துக்க மாட்டேங்கறார். எப்ப பார்த்தாலும் தனக்குத்தானே பேசிண்டிருக்கறார். நேக்கு பயமா இருக்கு மாமா.

மண்டையம்

கவலைப்படாதேம்மா. எல்லாம் சரியா போயிடும்.

குவளை

மாமி, கசாயத்தை என்னண்ட கொடுங்க. நா கொடுத்துப் பார்க்கிறேன்.

குவளை பாரதியிடம் செல்கிறான். வலி பொறுக்க முடியாமல் பாரதி முனகிக் கொண்டே இருக்கிறான்.

பாரதி

(முனகுகிறான்)

கடல் இனிது மலை இனிது...

குவளை

பாரதி, பேசிண்டே இருக்காதே, நோக்கு வயித்துப் போக்கு ஜாஸ்தியாயிகிட்டே இருக்கு. கஷாயத்தைச் சாப்பிட்டுட்டு கொஞ்சம் ஓய்வெடுத்துக்கோ.

பாரதி

கணந்தோறும் வியப்புகள் புதிய தோன்றும் கணந்தோறும் வெவ்வேறு கனவு தோன்றும் குவளை என்னால எப்படி ஓய்வு எடுக்க முடியும்?

குவளை

மருந்தும் சாப்பிட மாட்டேங்குறா. ஓய்வும் எடுக்க மாட்டேங்குறா.

அப்போது அங்கே, பாரதி பாண்டிச்சேரியில் பூணூல் அணிவித்த கனகலிங்கம் வருகிறான். குவளை கனகலிங்கம் வந்திருப்பதைப் பாரதியிடம் சொல்கிறான்.

குவளை

கனகலிங்கம் வந்திருக்கான்

உடல்நலம் குன்றிய அந்த நிலையிலும், பாரதி படுக்கையிலிருந்து எழுந்து கனகலிங்கத்தை அணைத்துக் கொள்கிறான். அவனது கை விரல்கள் கனகலிங்கத்துக்கு அவன் அணிவித்த பூணூலைத் தேடுகின்றன. பூணூலைக் கையில் எடுத்தபடி பாரதி பேசுகிறான்.

பாரதி

எல்லோரும் ஓர் குலம் எல்லோரும் ஓர் நிறை
எல்லோரும் இந்நாட்டு மன்னர்

பாரதி மீண்டும் சோர்வாகப் படுத்துக் கொள்கிறான்.

செல்லம்மா கஞ்சி கொண்டு வருகிறாள்.

மண்டையம்

இங்க கொண்டாம்மா, நான் கொடுக்கிறேன்.

பாரதிக்கு அருகே கஞ்சியை எடுத்துச் செல்கிறார்.

மண்டையம்

பாரதி, கஞ்சியாவது குடி. அப்போதான் உடம்பு சரியாகும்.

திடீரென்று பாரதி எழுந்துகொள்கிறான்.

பாரதி

யாருக்கு உடம்பு சரியில்லை? எனக்கு எல்லாம் சரியாகவே இருக்கிறது.

தடுமாறி எழுந்து நின்று கோட்டையும் தலைப்பாகையும் அணிந்து கொண்டு அமர்கிறான். தீனமாகப் பேசத் துவங்குகிறான்.

பாரதி

ஏசு சிலுவையில் செத்தான். ராமன் ஆற்றில் விழுந்து மாண்டான். நான் அமரன். என்றைக்கும் சாக மாட்டேன். எமன் என் முன் வந்து நின்றால் அவனுக்கு சொல்வேன். 'காலா உன்னை நான் சிறு புல் என மதிக்கிறேன். என் காலருகில் வாடா சற்றே உனை மிதிக்கிறேன்.'

மிதிப்பது போல் பாரதி தன் காலை ஓங்க முயல, அது அப்படியே செயலற்று வீழ்கிறது. பாரதி இறக்கிறான். செல்லம்மா கதறுகிறாள். எல்லோரும் அழுகின்றனர்.

பாரதியின் வாழ்க்கை FLASH BACK முடிகிறது.

காட்சி 73

செ ன்னை. சுடுகாடு. பகல்.

காட்சி 1 தொடர்கிறது.

பதினான்கு பேர்களின் முன்னிலையில் பாரதியின் இறுதிச் சடங்கு தொடர்ந்து நடைபெறுகிறது.

பிஷப்

பாரதிகள் ஒவ்வொரு காலத்திலேயும் ஒவ்வொரு நாட்டிலேயும் பிறந்து கொண்டுதான் இருக்கிறார்கள். சமூகமும் அவர்களை ஓட ஓட விரட்டிக் கொண்டே தான் இருக்கிறது. நான் வேண்டிக் கொள்வது எல்லாம் ஒன்றே ஒன்றுதான். பாரதிகளைப் பின்பற்றா விட்டாலும் பரவாயில்லை. பாரதிகளை அங்கீகரியுங்கள்.

ஏனென்றால் நாளைய விடுதலையின் திறவுகோல் அவர்களிடம்தான் இருக்கிறது.

பாரதியின் சிதைக்குத் தீயூட்டப்படுகிறது. அனைவரும் அழுகிறார்கள். பின்னணியில் பாடல் ஒலிக்கிறது.

பாடல்

நல்லதோர் வீணை செய்தே - அதை
நலங்கெடப் புழுதியில் எறிவதுண்டோ?
சொல்லடி சிவசக்தி - எனைச்
சுடர்மிகும் அறிவுடன் படைத்துவிட்டாய்.
வல்லமை தாராயோ, - இந்த
மாநிலம் பயனுற வாழ்வதற்கே?
சொல்லடி, சிவசக்தி - நிலச்
சுமையென வாழ்ந்திடப் புரிகுவையோ?

தசையினைத் தீசுடினும் - சிவ
சக்தியைப் பாடும்நல் அகங்கேட்டேன்,
நசையறு மனங்கேட்டேன் - நித்தம்
நவமெனச் சுடர் தரும் உயிர் கேட்டேன்
அசைவறு மதிகேட்டேன் - இவை
அருள்வதில் உனக்கெதுந் தடையுளதோ?

நல்லதோர் வீணை செய்தே - அதை
நலங்கெடப் புழுதியில் எறிவதுண்டோ?

விமர்சனங்கள்

சில.....

ஓர் அரிய ஆபரணத்தைத் தயாரித்தாற்போன்று 'பாரதி' திரைப்படம் உருவாக்கப்பட்டிருக்கிறது

ராஜம் கிருஷ்ணன்

நான் நேற்று 'பாரதி' படம் பார்த்தேன். பரவசமடைந்தேன். அமரகவியின் வாழ்க்கை வரலாற்றை எழுத வேண்டும் என்ற ஆசை என்னுள் பேராசையாகக் கிளர்ந்து செயல்பட முன்வந்தபோது, பாற்கடல்- பூனை- உணர்வுதான் முன் நின்றது. அமரகவியின் வாழ்க்கையாகிய மகா சாகரத்தின் ஒவ்வொரு துளியையும் நுகர்ந்து வியந்து பிரமித்திருக்கிறேன். அதன் அலைகளின் மோதல்களும், புயலாய் பொங்கும் வேகங்களும் சாந்தமாகக் கதிரவனின் ஒளிக் கிரணங்கள் பட்டுக்காட்டும் வண்ண ஜாலங்களிலும், மூழ்கி முத்தெடுக்கும் கிளர்ச்சியில் பல மாதங்கள், ஆண்டுகள் ஒரு புதிய உத்வேகம் என்னை ஆட்கொண்டிருந்தது. நேற்று நான் படம் பார்த்த நேரத்திலும் பின்னரும் அதே அனுபவங்களை உணர்ந்தேன்.

முத்து, இரத்தினம், கிளிஞ்சல் எல்லாவற்றையும் ஒரு பெட்டியில் போட்டாற் போன்றது என் முயற்சி.

ஆனால் நிகழ்ச்சிகளை மிகக் கவனமாகத் தேர்ந்து, தைரியத்துடன் பொன்னில் பொருத்தி, ஓர் அரிய ஆபரணத்தைத் தயாரித்தாற்போன்று இப்படம் உருவாக்கப்பட்டிருக்கிறது. ஒவ்வொரு நிகழ்ச்சியும் தேய்த்து மினுமினுப்பாக்கி நகாசு செய்யப்பட்டாற்போன்று கவினுறக் கோர்க்கப்பட்டு, படத்தை முழுமையாக விகசிக்கச் செய்கிறது.

நடிகர்களின் தேர்வு, வேடப் பொருத்தம், குரல், நடிப்பு எல்லாமே அப்பழுக்கின்றி படத்தின் சிறப்புக்கு சான்றாக விளங்குகின்றன. உலக முழுதும் பாராட்டப்பட்ட 'காந்தி' படத்தில்கூட நாடறிந்த தலைவர்கள் சரியான பிரதிபலிப்பாக அமையவில்லை. முக்கியமாக நேரு.

(என் நினைவில் இருந்து சொல்கிறேன்)

ஆனால், இப்படத்தில் காந்தி, C.R *(ராஜாஜி)* வ.ரா, கனகலிங்கம் போன்ற பாத்திரங்களுடன், குவளை, சுரேந்திரநாத் ஆர்யா, அவர் மனைவி மார்த்தா, கிருஷ்ணசிவன், குப்பம்மாள், மண்டயம் சீனிவாசாச்சாரி, ஒற்றர்களாக வந்தவர்கள், என்று ஒருவர் விடாமல் இந்த வரலாற்றை உயிர்ப்பித்திருப்பதில் முக்கிய பங்கு வகிக்கிறார்கள். பாரதியாக நடித்தவர் மகாராஷ்டிரர் என்பதெல்லாம் மறந்து போகிறது. அமரகவியைச் சாயலிலும், நடிப்பிலும், பாவனையிலும் கண்முன் மட்டுமின்றி உணர்விலும் உயிர்ப்பித்திருக்கிறார். குரல்- இரவல் என்பதெல்லாம் சொன்னாலே தெரியும். செல்லம்மாள் நடித்தவர்(தேவயானி) படம் முழுவதும் வியாபித்திருக்கிறார். அற்புதம்.

இளம் பருவத்தில் கவர்ந்த கண்ணம்மாவை அறிமுகப்படுத்திய விதமும், பாரதி ஊஞ்சலில் மணக்கோலத்தில் செல்லம்மாள் கூச்சப்பட்டு கோபித்தெழும் காட்சியைத் தொகுத்த விதமும், புத்துயிரூட்டப்பட்ட பாடல்களுடன் காட்சிகளாக விளங்குகின்றன.

சின்னசாமி அய்யர் இறக்குந் தறுவாயில், 'காலத்தை மீறிய கனவு கண்டேன் நீ அப்படி காணாதே' என்றுரைத்ததே பாரதியின் வாழ்வுக்கு அடித்தளம் அமைத்துவிட்டது எனலாம். இந்த வரலாற்றை இறுதிக் காட்சியில் தொடங்கி பின்னர் விரித்த விதமும் மிகப்பொருத்தம்.

படம் முழுவதும் ஒரு கணம் கூட வீணாகாமல், பொருள் பொதிந்ததாய், சிறிதும் தொய்வோ அலுப்போ இன்றி சுருளழிந்த விதம் மிக நேர்த்தியாக இருந்தது.

கனகலிங்கத்துக்கு உபநயனம் செய்வித்த போதும், தொடர்ந்தும் அவருடைய கவிதைகள்- அக்கினிக் குஞ்சொன்று கண்டேன் எனத் தொடர்ந்து, மிகப் பொருத்தமாகச் சமுதாயத்தில் அடிபட்டவர்களின் எழுச்சியும் மேன்மையும் விளக்கப்படுகிறது. பின்னர், செட்டியார் வீட்டிலிருந்து பாரதி

தாழ்த்தப்பட்ட தொழிலாளருடன் வெளியேறி ஆடிப்பாடி வீதியில் வந்தபோது பாடிய பாடல்களும் அருமையாக இருந்தன. காசி காட்சிகள் மிக ஏர்வையாகத் தொகுக்கப்பட்டு, சுப்பையா- பாரதியாக உருவான மாற்றங்களை விவரிக்கின்றன. ஒரு குழந்தைப்பெண் விதவையாக்கப்படும் அலங்கோலம் மனதை இறுக்குவதாக இருக்கிறது.

ஷெல்லியின் கில்ட், ராஜபவனி, என்று எந்த ஒரு அம்சமும் சோடை போகவில்லை. எதைச் சொல்வது எதை விடுவது என்று புரியவில்லை. குவளைக்கண்ணன் பாடிவர, ஒற்றர்கள் தொடர்ந்து வர, கிண்டல் கேலி, நகைச்சுவையுடன் படம் பார்க்கிறவர்களுக்கு மகிழ்ச்சியூட்டுகிறது.

ஒரே ஒரு சற்றே முரணான கருத்தை (குறையில்லை) சொல்ல விரும்புகிறேன். இளம் சுப்பையா, தந்தையை ஏமாற்றிவிட்டு கூத்து பார்க்க போகிறான். அங்கே திரௌபதை துகிலுரியும் சருக்கம் நடைபெறுகிறது.(துகிலுரியவில்லை) இளம் சுப்பையா படியேறி திரௌபதிக்குச் சொல்லும் உரைகள் அதீதமாகத் தோன்றியது.

பாடல்கள்- இசை, ஒளி, ஒலி என்ற நுணுக்கமெல்லாம் எனக்கு சொல்லத் தெரியாது. ஆனால் மிக மெல்லிய- படத்தின் காட்சி- உணர்வுகளுக்கேற்ற பின்னணி இசையும், காட்சியமைப்புகளை அற்புதமாக்கித் தந்த ஒளியும் மிக மிக நேர்த்தியாக அமைந்திருந்தன.

நான் சுமார் 40-45 ஆண்டுகளுக்கு முன்னர்- இர்விங்ஸ்டனின் Lust for Life, டச்சு ஓவியன் வின்சென்ட் வான்கோவின் வாழ்க்கை வரலாறு Agony and Ecstasy, மைக்கேல் ஏஞ்சலோவின் வாழ்க்கை வரலாறு ஆகிய நூல்களைப் படித்தேன். அந்த நூல்களின் தாக்கமே என்னை பாரதியின் வாழ்க்கை வரலாறு எழுதத் தூண்டின எனலாம். பின்னர் அவை திரைப்படமாக வந்ததையும் பார்த்தேன். மைக்கேல் ஏஞ்சலோவின் வரலாற்றில் ஒரு பரிமாணம் மட்டுமே படமாகி இருந்தது. எனினும் மெய்யான

திரையாக்கம் என்னைப் பெரிதும் கவர்ந்தது. அவற்றை விஞ்சி நிற்கக்கூடிய ஓர் அரிய சாதனையை தாங்கள் 'பாரதி' படம் வாயிலாக வெளியிட்டிருக்கிறீர்கள். பல உயரிய விருதுகளுக்குத் தகுதியான படம் இது. தங்களுடைய இந்த அரிய சாதனை உலகளாவிய வகையில் கௌரவிக்கப்பட வேண்டும். தமிழக திரைப்பட வரலாற்றில் இது ஒரு திருப்புமுனையாக இருக்கும்.

●

பாரதி என்றொரு வீரகாவியம்

முனைவர் கா.செல்லப்பன்

இந்தியக் காப்பியங்களில், இராமகாதையில், மண்நோக்கி விண் இறங்கி வந்து மனிதத்துக்குப் பெருமை சேர்க்கிறது. சிலப்பதிகாரத்தில், விண்ணோக்கி மண் வளர்கிறது. பாரதியிலே மண்ணும் விண்ணும் இணைந்து ஒரு புதிய மானுட மலர்ச்சிக்கு வழி பிறக்கிறது. கடவுளை விண்ணிலிருந்து மண்ணுக்கு இழுத்து வந்து நம் வீதிகளில் விளையாட வைக்கிறான் பாரதி. அந்த நேரத்தில் ‘கண்ணில் தெரியுது வானம்’ என்று எக்காளமிடுகிறான். பாரதியார் கவிதையில் வேதம் புதுமை பெற்று ஒரு புதிய மானுட அர்த்தத்தை அடைந்தது.

சிலப்பதிகாரத்தில் தொடங்கிய மானுடம் போற்றும் மரபு, பாரதியிலும் பாரதிதாசனிலும் முழுமை பெறுகின்றது. பாரதி பாடிய ஒவ்வொரு பாடலும் புதிய மானுடத்தின் எழுச்சி மிக்க குரல். இங்கு மானுடம் எல்லாத் தளைகளிலுமிருந்தும் விடுதலை பெறுகிறது. சாதாரண தன்னுணர்வுப் பாடல்களே, மூச்சினிலே சக்தி பிறக்கவைக்கும் சக்தியின் கூத்தாக, மக்கள் சக்தியின் காவிரிப் பெருக்காக, கவிதை வெள்ளமாகக் காட்சியளிக்கிறது. கண்ணனோடு கைகோர்த்து விளையாடும் மனிதன் காவியத் தலைவனாகிறான். “என்னை முதலில் வைத்திழந்து பின்பு தன்னை என் மன்னர் இழந்தாரா, மாறி தம்மை தோற்ற பின்னரென்னை தோற்றாரா?” என வினா எழுப்பும் பாஞ்சாலி காப்பியத்தலைவி ஆகிறாள். பாரத மாதா பராசக்தி ஆகிறாள். சுருக்கமாகச் சொன்னால் பாரதியால் பழைய தொன்மங்களை புதிய மானுட அர்த்தங்களைப் பெறுகின்றன.

‘காணி நிலம்’ என்ற பாடலில் பாரதி பராசக்தியிடம் பேரம் பேசுகிறான். “பாட்டுக் கலந்திடவே... அங்கே ஒரு பத்தினிப் பெண் வேணும்... எங்கள் கூட்டுக்களியினிலே கவிதை கொண்டு தர வேணும்” என்று கேட்டுவிட்டு பராசக்தியை “அந்தக் காட்டு வெளியினிலே அம்மா நின்றன் காவலுற வேணும்” என்ற உலகமாதாவையே தன் காதலுக்கும்

காவலாகக் காட்டுவெளிக்கு அனுப்புகிறான். அப்போது உலகமாதாவாகிய பராசக்தி தன் பணியென்னவாகுமோ என்று எண்ணுவதை உணர்ந்தோ என்னவோ, "பயப்படாதே, மாறாக உன் பணியை என் கவிதை நிறைவேற்றும்" என்று தன் கவிதையை உலகைக் காக்கும் சக்தியாக உயர்த்திப் பேசுவது போல் உலக வரலாற்றில் எந்தக் கவிஞனும் பேசியதில்லை. இங்கே ஷெல்லி, மேலைக்காற்றை நோக்கிச் சொன்ன வரிகள் புதிய உத்வேகம் பெறுகின்றன. மேலைக்காற்று என்ன உன் வீணையாக மாற்ற வேண்டும். அப்போது என்னுடைய சொற்களை உலகத்தில் அள்ளித் தெளித்தால், வாடைக்குப்பின் வசந்தம் மறுபடியும் வராமலா போகும்" என்று ஷெல்லி கூறுகிறான்.

இந்திய மரபுப்படி தாய்த் தெய்வம் கன்னியுமாவாள். பாரதியில் வரும் பத்தினிப் பெண், பராசக்தியின் கன்னி வடிவமே. பராசக்தியின் படைப்பாற்றல் கவிஞனோடு கலந்து கவிதைப் படைப்புக்கு உந்துசக்தியாகிறது. இப்படி பிறக்கும் கவிதையால் உலகம் உய்யும் என்று நம்பியவன் பாரதி. ஆனால் உலகை உருவாக்கும் கவிஞன், இந்தியாவைப் பற்றித்தான் பெரிதும் பாடியிருக்கிறான். உலகப் பார்வை தேசியப் பார்வையாகத் திகழ்ந்தபோது தாய்மொழியாம் தமிழ் வழியாகத்தான் அது கம்பீரமாக ஒலித்தது. அவனது இந்தியக் கனவு பிரும்மாண்டமானது.

"வெள்ளிப்பனிமலையின் மீதுலாவுவோம்
மேலைக்கடல் முழுதும் கப்பல் விடுவோம்"

"வங்கத்தில் ஓடிவரும் நீரின் மிகையால்
மையத்து நாடுகளில் பயிர்செய்குவோம்"

"மந்திரம் கற்போம் வினைத் தந்திரம் கற்போம்
வானை யளப்போம் கடல்மீனை அளப்போம்
சந்திர மண்டலத்தியல் கண்டு தெளிவோம்
சந்தித் தெரு பெருக்கும் சாத்திரம் கற்போம்"

இந்தக் கனவில் மேலும் கீழும் இரண்டறக் கலக்கின்றன. சந்திரமண்டலத்திலிருந்து சந்தித் தெருவிற்கு இறங்கி வருகிறான். அந்தச் சந்தித் தெருவைப் பெருக்குவதை சந்திர மண்டலத்து இயலுக்கு இணையாக, ஏன் ஒருபடி மேலாக ஒரு சாத்திரமாகக் காண்கிறான். பாரதியிலே உழைப்பு உயர்த்தப்படுகிறது. ஊருக்கு உழைத்தல் யோகமாகிறது.

"தொன்மங்கள் ஒரு சமுதாயத்தின் கனவு; கனவுகள் ஒரு கவிஞனின் தொன்மம்" என்பார் பிராய்டு. பாரதியின் கவிதைகள் எல்லாம் ஒரு வகையில் காலத்தை மீறிய கனவுதான். ஆனால், காலத்தை மீறும் கனவுகள் எல்லாம் காலத்தால்தான் உருவாக்கப் படுகின்றன. ஒரு வகையில் வாழ்க்கையில் யுகங்கள் கவிதையில் கணங்களாகக் காட்சியளிக்கின்றன. பிறகு கவிதையின் கணங்களே வாழ்க்கையில் யுகங்களாக நிலைத்துவிடுகின்றன.

பாரதியின் வாழ்க்கையின் கணங்கள்தாம் அவர் கவிதையின் கருப்பொருள்கள். மில்டன் சொன்னான், "ஒரு காவியம் படைப்பவன் ஓரளவாவது காவியமாகவே வாழ்ந்திருக்க வேண்டும்" என்று. பாரதியென்றொரு காவியம்தான், பாரதியின் காவியங்களைப் படைத்திருக்க வேண்டும். அவன், அஞ்சி அஞ்சிச் செத்த அரைகுறை மனிதர்களிடையே பிறந்த ஓர் அக்கினிக் குஞ்சு. அவன் அன்னிய ஆதிக்கத்தை மட்டும் எதிர்க்கவில்லை; அவன் வீட்டுவாசலிலும், வீட்டுக்குள்ளும் இருந்த ஆதிக்க உணர்வையும் அதன் மறுபகுதியான அடிமை உணர்வையும் எதிர்த்தான்.

சாதிகளிலே, மதங்களிலே சாய்ந்து கிடந்த சமுதாயத்தைச் சாடினான். வீட்டுக்குள் பெண்ணைப் பூட்டிவைத்தவர்களைப் பார்த்து "விடு விடு" என்று பெண் விடுதலைக்காக வாதிட்டான். "பறையர்க்கும் தீய புலையர்க்கும் விடுதலை" என்று கூறி,

"காக்கை குருவி எங்கள் ஜாதி,
நீள் கடலும் மலையும் எங்கள் கூட்டம்,
நோக்கும் திசையெல்லாம் நாமன்றி வேறில்லை"

என்று ஒரு புதிய அத்வைதத்தை, ஒரு சகோதரத்துவத்தை, சமத்துவத்தை வாழ்த்தினான். அந்தப் பாரதியின் வாழ்க்கையைக் காவியமாக்கி இருக்கிறார் ஞானராஜசேகரன்.

நாமெல்லாம் மனத்தில் கற்பனை செய்து வைத்திருக்கிற, ஒரு வகையில் நமக்கெல்லாம் பழகிப்போன பாரதியைத் திரைப்படத்தில் புதுமையோடும், உண்மையோடும் காட்டுவது அவ்வளவு எளிதல்ல. எழுத்திலே சிறப்பாக அமைந்த கவிதைகள் காட்சி வடிவம் பெறும்போது வெற்றி பெறுவதில்லை. ஆனால் 'பாரதி'யின் படத்தயாரிப்பாளர்கள் வெற்றி பெற்று இருக்கிறார்கள் என்றே கூற வேண்டும். இந்த வெற்றியில் பாரதியாக நடித்த சிங்க மராட்டியர் சாயாஜி ஷிண்டேக்கும், செல்லம்மாவாக நடிக்கும் சேர நன்னாட்டு தேவயானிக்கும் முக்கியப் பங்குண்டு.

எல்லா மறுபடைப்புகளிலும் (recreations) ஒரு சிலவற்றைத் தேர்ந்தெடுத்து அவற்றை ஒரு கண்ணோட்டத்தில் காட்டுவதுதான் முடியும். முழுமையும் விஞ்ஞானபூர்வமான வரலாறு என்பதே இல்லை. எல்லா வரலாறும் ஒரு கண்ணோட்டத்துக்குட்பட்டதே. இந்தப் படம், பாரதி என்ற விடுதலைக் கவிஞனின் சமுதாயப் போராட்டங்களுக்கு முதன்மை தருகிறது. தன் சமுதாயத்தோடு, தன் நாட்டு மக்களோடு, தன் குடும்பத்தோடு, துணைவியோடு அவன் போரிடுகிறான். அவனைத் தன் மனைவியே புரிந்துகொள்ளவில்லை. அவனது விண் நோக்கிய பார்வை மற்றவர்களது மண்நோக்கிய பார்வையோடு மோதுவதில்தான் 'நாடகம்' உருவாகிறது. அப்போது பாரதி தன் வீட்டில் தன் மனைவிக்குச் சுதந்திரம் தர மறுத்திருப்பதையும் உணர்த்துவதாகக் காட்டப்படுகிறது. நிவேதிதாவும், ஷெல்லியும் அவனை அவனுக்கு உணர்த்துவதாகக் காட்டப்பட்டுள்ளது சிறப்பாக உள்ளது. பாரதியார் காதலைப் பற்றிய பாடலுக்கு முன் ஷெல்லியின் காதல் பற்றிய பாடல் காட்டப்பட்டுள்ளது. ஷெல்லி தான், 'எல்லா ஒழுக்கத்துக்கும், எல்லாக் கலைகளுக்கும் காதல்தான் மூல ஊற்று' எனக் கூறுகிறான்.

பாரதிக்கும் அவன் வாழும் உலகத்துக்கும் இடையே உள்ள இடைவெளி தெளிவாகவே தெரிகிறது. ஆரியா கூட நன்றிக் கடனாக மதம் மாறுகிறான். அவன் பாரதியிடம், "நீ மகாகவி, உன்னால் ஒரு கடவுளைச் சிருஷ்டித்துக் கொண்டு வாழ முடியும்" என்று கூறுவது சிறப்பாக உள்ளது. பாரதி சொந்த மண்ணிற்குத் திரும்பும்போது யாரும் அவனை ஏறிட்டுப் பார்க்கவில்லை. ஆனால் அப்போது அவன் தன் மண்ணை முத்தமிட்டு வணங்குவது வியப்பாக உள்ளது.

காசியிலே, பூணூலை அறுத்துப் போட்ட அவனே பிறகு தாழ்த்தப்பட்டவர்களுக்கு அதை அணிவிப்பது மட்டுமின்றி கடைசியில் சாகும்போது ஒருவனிடம் அப்பூணூல் இருக்கிறதா என்று சோதிப்பது சிலருக்கு முரண்பாடாகத் தோன்றலாம். சனாதனக் கொள்கை மறுப்பிலிருந்து (debrahminisation) பிராமணிய மீட்பிற்கு (rebrahminisation) வருகிறார் என எண்ணத் தோன்றும். அதன் மூலம் "குலத்தின் அடிப்படையில் வருவதன்று உயர்வு; மாறாக உயர்வின் அடிப்படையில் வருவது குலம்' என அவர் காட்டுகிறார். ஆனால் பொதுவாக மேதைகளிடம் மேலெழுந்தவாறு பார்த்தால் சில முரண்பாடுகள் இருப்பதும் இயல்புதான். அப்படி மகாகவியும் மானுடனாக இருப்பதுதான் நம்மைக் கவர்கிறது. பாரதியிலே ஒரு பிரும்மாண்ட தீர்க்கதரிசியும், ஒரு சின்னஞ்சிறு குழந்தையும் ஒரு சேர இருப்பதைக் காணலாம். ஆழமாகப் பார்த்தால் சின்னஞ்சிறு குழந்தையும் ஒரு பெரிய கவிஞன்தானே?

உயர்ந்த மனிதத்துவத்தைப் பாடிய கவிஞன் முழுக்க முழுக்க மனிதத்துவத்தை ஏற்றதால், மனிதத்துவத்தின் குறைகளையும் ஏற்றுள்ளான். "குறையுள்ள மனிதம்தான் உறைந்த சொர்க்கத்தை விட மேல்" எனப் பாரதியின் ஞானரதம் பேசுகிறது. ஆனால் அப்படிப்பட்ட மனிதனாக வாழ்ந்தே அமரனாகலாம் எனப் பாரதி கவிதையில் கம்பீரமாகச் சொன்னான். அவர் இறக்கும்போது, "காலா... உன்னைக் காலால் மிதிப்பேன்" என்ற வரியையும், "சிலுவையிலே அடியுண்டு யேசு செத்தான், தீயதோரு கணையாலே கண்ணன்

மாண்டான், பலர் புகழும் இராமனுமே யாற்றில் விழுந்தான் பார் மீதினில் நான் சாகாதிருப்பேன்" என அவர் கூறுவது நல்ல அமைப்பு. சாகும்போதே சாகாக் கவிஞனாகி விடுகிறான் பாரதி. அதனால் தானோ என்னவோ, அவனது இறுதி ஊர்வலத்தை இரண்டாம் முறை காட்டுகிறார்கள். அவனது இறுதி ஊர்வலத்தை வாழ்ந்து முடித்தவனின் வரலாற்றுப் பயணமாகக் கொள்ளலாமா? அப்படி அவன் போகும்போது எல்லோரும் உடன்போக முடியுமா என்ன?

மொத்தத்தில் பாரதியின் வாழ்வு ஒரு வீரகாவியம்.. அவன் கவிதையை வாழ்க்கையாக மாற்றினான். அந்த வாழ்க்கையை இப்போது வண்ணக் கவிதையாக மாற்றியிருக்கிறார்கள். இப்படிப் பட்ட கவிதை வாழ்க்கையை, வாழ்க்கைக் கவிதையை, காண்பதன் மூலம், கற்பதன் மூலம், கவிதையை வாழ்க்கையாக உணரவும், வாழ்க்கையைக் கவிதையாக ரசிக்கவும் கற்றுக் கொள்ளலாம் அல்லவா?

ஆனந்த விகடன்

'பாரதி' சராசரி சினிமா இல்லை வரலாற்றில் வாழ்ந்த ஒரு மாமனிதனின் உணர்ச்சிப்பூர்வமான சித்தரிப்பு

'பாரதி - உணர்ச்சியும் எழுச்சியும் கொண்ட மகாகவிஞனின் வாழ்க்கையை உண்மைக்கு மிக அருகாமையில் நெருங்கிப் பார்த்திருக்கும் படம்!

ஓரிரண்டு புகைப்படங்கள். மிகக் குறைந்த தகவல்கள். அதை வைத்து அந்த முண்டாசுக் கவிஞனின் வாழ்வை உணர்ச்சி மயமாக பின்னியிருக்கிறார் டைரக்டர் ஞான.ராஜசேகரன்.

ஒரு நூற்றாண்டுக்குப் பிறகும் மகாகவியாகவும் தேசத்தின் அடிமை விலங்குகளை அதிரடி கவிதைகளால் உடைத்தெடுத்த சுதந்திர வீரனாகவும் போற்றப்படுகிற பாரதியின் இறுதி யாத்திரை சொற்ப ஆட்களோடு செல்லும் இடத்தில் படம் ஆரம்பமாகிறது.

இங்கிருந்து பின்னோக்கிப் பயணிக்கிறது படம். பாலகன் சுப்பையாக அறிமுகமாகிறான். அவனுக்குப் பால்ய விவாகம் நடக்கிறது. நாட்கள் கடக்கின்றன. அவன் காசிக்குப் போகிறான். வேதம் படிக்கிறான். கங்கைக் கரையில் அவன் காணும் ஒரு சடங்கு அவனைப் புரட்டிப் போடுகிறது. சமூகத்தின் மீது அவனுக்குத் தீராக் கோபம் ஏற்படுகிறது. முறுக்கிவிட்ட மீசையும் முண்டாசுமாக புதுமனிதனாக, ரௌத்திரம் பழகும் இளைஞனாக உருமாறுகிறான். இந்தக் கட்டங்களில் ஒரு சுயசரிதையின் விறுவிறுப்பான ஆரம்ப அத்தியாயங்களைப் படிக்கும் உணர்வு ஏற்படுகிறது.

தான் வாழ்கிற காலத்தின் சிந்தனைகளைவிட எதிர்காலக் கவலைகளையே அதிகம் கொண்டவனாகத் திகழ்ந்தவன் பாரதி. அதனாலேயே அவனைக் கிறுக்கன் என்றுகூட சொன்னார்கள். இந்த உண்மை முகத்தில் அறைவது போல் படத்தில் சொல்லப்படுகிறது.

வறுமையும் வறட்சியும் கோரத் தாண்டவமாடும் பாரதியின் குடும்ப வாழ்க்கை சோகமயம்! வீட்டுச் சமையல்கட்டில் பாத்திரங்கள் அனைத்தும் காலியாக இருப்பது பற்றிக் கவலைப்படாமல் விருந்தினரை உபசரிப்பதும், மன்னர் கொடுக்கும் பணம் முழுவதற்கும் மூட்டை மூட்டையாகப் புத்தகங்கள் வாங்கிக் குவிப்பதுமாக பரிதாபக் குடும்பத் தலைவனாக ஜீனியஸ் பாரதியைப் பார்க்கிறோம்!

"நான் பாரதி வந்திருக்கிறேன். பரிவாரங்களோடு மன்னனை வரச்சொல்" என்று கட்டளையிடம் போது கர்வமிக்க படைப்பாளி கவிபாரதியைக் காண்கிறோம்!

"நான் காலத்தை மீறி கனவு கண்டு கெட்டுப் போயிட்டேன். நீயும் அப்படி ஆயிடாதே" என்ற பாரதியிடம், ஃபாக்டரி வைத்து நஷ்டமான அவருடைய தந்தை சொல்கிறார். பிற்காலத்தில் அந்த ஃபாக்டரியின் இடிபாடுகளின் நடுவே பாரதி நிற்கையில் தந்தையின் குரல் ஒலிக்கும் காட்சி நமக்குள் ஒரு அதிர்வை ஏற்படுத்துகிறது.

பாரதி வேடத்துக்கு மராத்திய நடிகர் சாயாஜி ஷிண்டே கிட்டத்தட்ட நூறு சதவிகிதம் பொருந்துகிறார்! ஒரு எக்ஸென்ட்ரிக் கவிஞனின் இயல்பை முழுதாகப் புரிந்துகொண்டு தனது நடிப்பில் அதனை வெளிப்படுத்தும் சாயாஜி - அச்சாஜி! காந்தியைக் கூட்டத்துக்கு அழைக்கச் செல்லும் காட்சியில் 'உங்கள் போராட்டங்களுக்கு என் ஆசீர்வாதம் உண்டு' என்று சொல்லிவிட்டு ஒரு வீரநடை போடுகிறாரே... சிலிர்ப்பு ஏற்படுத்தும் கம்பீர நடை அது! (சாயாஜிக்குக் குரல் கொடுத்திருக்கும் நடிகர் ராஜீவுக்கும் பாராட்டு!)

அதேபோல், செல்லம்மாவாகத் தேவயானி. உலகமே பாராட்டும் தன் கணவன் பாரதி, வீட்டைக் காப்பாற்றும் நல்ல தலைவனாக இல்லையே என்ற ஏக்கத்தில் நொந்துகொள்ளும் சராசரி மனைவியாக வாழ்ந்து காட்டியிருக்கிறார் - உண்மையாகவே!

பாரதி என்ற மனிதனின் வாழ்வைப் படமாக்குவதில் ஆர்வத்துடன் இருந்த டீம், அவரது கவிதைகள் தீப்பொறி போல் இந்தச் சமூகத்தின் மேல் விழுந்து அனல் பறக்க வைத்ததைக் காட்டாமல் விட்டிருக்கிறார்கள். இதனால் தனிமையில், கனவுலகில் தனக்கென ஒரு வட்டம் அமைத்துக்கொண்டு வாழ்ந்தவனோ பாரதி என்ற எண்ணம் ஏற்படுவதைத் தவிர்க்க முடியவில்ல!

இளையராஜாவின் உழைப்பு இந்தப் படத்தில் அசாத்தியம்! குயில் பாட்டில் வரும் "கேளடா.... மானிடவா எம்மில்" பாடலையும் வேறு சந்தத்தில் வரும் "வெள்ளை நிறத்தொரு பூனை" பாடலையும் ஒரு மெட்டுக்குள் வசப்படுத்தி இருப்பதில் ஆகட்டும், "நிற்பதுவே... நடப்பதுவே" என்கிற தத்துவப் பாடலில் ஒரு அட்சரத்தைகூட மாற்றாமல் இசைக்கு இணங்க வைத்திருப்பதில் ஆகட்டும், ஒவ்வொரு காட்சியிலும் சூழலுக்கு ஏற்ப அனுபவித்து பின்னணி இசை சேர்ந்திருப்பதில் ஆகட்டும்... ராஜாவின் கொடி பட்டொளி வீசிப் பறக்கிறது. அதேமாதிரி, தங்கர்பச்சானின் ஒளி ஓவியம் படத்துக்கு ஒரு தூணாகவே நிற்கிறது!

மனைவியை அடிக்கும் சராசரிக்கும் கீழான பாரதியின் மனித குணத்தையும், 'புதிதாக ஏற்பட்டிருக்கும் பழக்கத்தால் தலை வேறு கிறுகிறுக்கிறது' என்ற வசனத்தால் பாரதியின் போதைப் பழக்கத்தையும் அந்த யுக மகாபுருஷனுக்குக் களங்கம் நேராத வகையில கண்ணியமாகச் சொல்லியிருக்கிறார்கள்.

பாரதி இறக்கும்போது அவரது "காலா என்னருகே வாடா... சற்றே உன்னை மிதிக்கிறேன்" எனும் கவிதையை மிகப் பொருத்தமாக உபயோகித்திருக்கிறார்கள். செருக்குடன் உதைக்கிற கவிஞனின் கால்கள் நின்று போகின்றன. பாரதி மறைந்து போகிறான். சோகக் கவிதை!

ஆனால், படத்தின் துவக்கத்திலும், முடிவிலும் வருகிற இறுதி ஊர்வலக் காட்சி நியாயமாக ஏற்படுத்தியிருக்க வேண்டிய துயரையும் வேதனையையும் ஏற்படுத்தவில்லை. இங்கு

'நிழல்கள்' ரவி பேசுகிற வசனங்கள் செயற்கையாக ஒட்டாமலிருக்கின்றன.

பாரதி - சராசரி சினிமா இல்லை. நமது வரலாற்றில் வாழ்ந்த ஒரு மாமனிதன் பற்றிய உணர்ச்சிபூர்வமான சித்தரிப்பு. பார்வையாளர்களை அலுப்பு, சலிப்பு இன்றி படத்தோடு இரண்டறக் கலக்க செய்து நெகிழ வைத்திருப்பதில் வெற்றி பெற்றிருக்கும் 'பாரதி' படக்குழுவினருக்கு வந்தனம்!

●

இந்தியா டுடே

நல்லதோர் வீணை

ஒரு மகாகவியின் நினைவுக்கு உன்னத அஞ்சலி

வாஸந்தி

ரிச்சர்ட் அட்டன்பரோவின் படம் வெளிவந்தபிறகு மக்கள் மனத்தில் காந்தியின் சுயரூபமே மறந்துவிடும் அளவுக்குக் காந்தி பாத்திர வேடம் தரித்த பென்கிங்ஸ்லீ காந்தியாக உருவம் கொண்டு விட்டார். மீடியா ட்ரீம்ஸின் 'பாரதி' படம் பார்த்த பிறகு மக்கள் மனத்தில் பாரதியின் சுயரூபத்தின் நினைவு மங்கிவிடும் நிச்சயமாக. பாரதியாகவே மாறிப் போன மராட்டி நடிகர் ஷாயாஜி ஷிண்டேயின் உருவமே நிஜம் என்று பதிவாகிவிடும்.

பாரதி என்ற லட்சியவாதியை, சீர்திருத்தவாதியை, இயற்கையிலும் மானுடத்திலும் ஆன்மீகப் பார்வை கொண்ட ஒரு கவிஞனை, தான் வாழ்ந்த காலத்தை மீறிய கனவு கண்ட மகா புருஷனை இத்தனைத் துல்லியமாக ஒரு வேற்று மொழி நடிகர் புரிந்துகொண்டு இரண்டு மணிநேரத்திற்கு மேல் அந்த மகா கவியுடன் சேர்ந்து வாழ்ந்த அனுபவத்தைப் பார்வையாளர்களுக்கு ஏற்படுத்த வேண்டுமென்றால், அது ஷிண்டேயின் மிகப்பெரிய சாதனை என்றுதான் சொல்ல வேண்டும். காலத்தை மீறி கனவு காணுபவர்களெல்லாம் அவர்கள் வாழும் காலத்திலேயே சக மனிதர்களால் தண்டனை பெறுவார்கள். பாரதி விதிவிலக்கல்ல அவர் இறந்த போது சுடுகாடு வரை செல்ல பதினான்கு பேருக்கே மனசு இருந்தது. அந்தக் காட்சியுடனேயே படம் ஆரம்பிப்பதும் பிறகு கதை பின்னோக்கி கிராமிய சூழலுக்கும் பாரதியின் - சுப்பையாவின் இளமைப் பருவத்துக்கு நகர்வதும் மென்மையாகக் கையாளப்பட்டிருக்கிறது. எட்டயபுரம் ராஜாவின் சமஸ்தானத்தில் சிறுவன் சுப்பையா கவிதை பாடி, பாரதி என்ற பட்டம் பெறும்போது பெருமை அடையும் தந்தைக்கு அவன்

கூத்துக்குச் செல்வதும் நாடோடிப் பாடல் பாடுவதும் ஏமாற்றத்தைத் தர, சிறுமி செல்லம்மாவைக் கல்யாணம் பண்ணிவைக்கிறார். ஒரு தேசியவாதியாக, சீர்திருத்தவாதியாக பாரதி அடையும் பரிணாம வளர்ச்சிக்கு இயக்குநர் அதிக முக்கியத்துவம் கொடுக்கிறார். மகா விசாலப் பார்வை கொண்ட ஒரு மனிதன் குறுகிய பார்வை கொண்ட சமூகத்தில் படும் இன்னல்களும் ஏமாற்றங்களும் மிகத் துல்லியமாகக் காட்டப்படுகின்றன. சமஸ்கிருதத்திலும் வேத மந்திரங்களிலும் நல்ல பண்டித்துவம் இருந்தும், ஜாதி பேதங்களை வலியுறுத்தும் அநியாயத்தை எதிர்க்கும் புரட்சிக்காரராகப் பாரதி பரிணமிப்பது திரையில் மிகைப்படுத்தலாகத் தெரியவில்லை. தலித்துகளுக்குப் பூணூல் போடுவதும் அவர்களுடன் ஆனந்தக் களியாட்டத்தில் ஈடுபடுவதும் சம்பிரதாயத்தில் ஊறிப்போன மனைவி அதை ஒரு தெய்வகுத்தமாக நினைத்துப் பயப்படுவதும் பாசாங்குத்தனமில்லாமல் வெளிப்படுகின்றன. மனைவி செல்லம்மாவாக நடிக்கும் தேவயானி தன் வேலையைக் கச்சிதமாகச் செய்கிறார். சாகும் தருணம் வரை பாரதியின் பாத்திரப் படைப்பில் கம்பீரம் குறையவில்லை என்பது நிறைவைத் தருகிறது. 'ஆதலினால் காதல் செய்குவீர்' என்ற பாரதியிடம் நமக்கு காதல் சுரக்கிறது. இத்தகைய காதல் பாரதியிடம் இயக்குநருக்கும் இருந்ததாலேயே இப்படி ஒரு படைப்பைத் தர முடிந்தது என்று தோன்றுகிறது.

இளையராஜாவின் கைவண்ணத்தில் புத்துயிர் பெறும் "நின்னை சரணடைந்தே"னும் "நிற்பதுவே"யும் "கேளடா"வும் "வந்தே மாதர"மும் "நல்லதோர் வீணை செய்தே"யும் காதில் ஒலித்த மாத்திரத்தில் சத்தியமாக நெஞ்சு விம்முகிறது; கண்கள் பனிக்கின்றன. தங்கர் பச்சானின் காமிராவில் கவிதையும் நேசமும் பின்னியிருக்கிறது. லெனினுக்கு எடிட்டிங் கைவந்த கலை என்றாலும், இதில் விசேஷ கவனம் செலுத்தியிருப்பது தெரிகிறது. படத்தில் சம்பந்தப்பட்ட எல்லாருமே பாரதியைக் காதல் வயப்பட்டு இயங்கியிருக்கிறார்கள்.

படத்தின் குறைகளைப் பட்டியலிடுவது அநாவசிய வேலை. கடைசிக் காட்சியில் மேடைத்தனத்தைத் தவிர்த்திருக்கலாம். ஏற்கனவே தெரிந்த விஷயமாக இருந்தாலும் ஒரு விநாடியும் அலுப்பை ஏற்படுத்தவில்லை என்பதே படத்தின் வெற்றி.

தினமணி

'பாரதி' படத்தின் மொத்த சிறப்பு, மேல்தட்டு பார்வையாளர்களுக்கு மட்டுமின்றி எல்லா பார்வையாளர்களுக்கும் புரியும் விதத்தில் இருப்பது தான்

ஞாநி

மகாகவி பாரதி பற்றி நமது சமூகத்தின் பல்வேறு பார்வைகள் உள்ளது.

உயர்ந்த லட்சியங்கள், ஆசை கனவுகள் அவற்றை அடைவதனை விசித்திரமான முயற்சிகள், அந்த யதார்த்தத்துக்கும் தன் சிந்தனையை நிறைத்திருக்கிற உன்னத அபிலாஷைகளுக்கும் இடையே உள்ள இடைவெளியை நிரப்ப முடியாத ஆற்றாமை, இவை இரண்டுக்கும் இடையே அலைக்கழிக்கப்படுகிற ஒரு நல்ல மனிதனின் சோகக்கதையாக ராஜசேகரன் பாரதியின் வாழ்க்கையை நமக்கு அறிமுகப்படுத்துகிறார்.

பாரதியின் இறுதிச் சடங்கில் முதல் காட்சி தொடங்குகிறது. ஏன் இப்படி ஊர் கூடி கதறி அழாமல், அனாதைப் பிணம் போல பாரதியின் இறுதி யாத்திரை நடந்தது என்ற கேள்வியுடன் படம் ஆரம்பிக்கிறது.

பாரதிகளை அவர்கள் வாழுங்காலத்தில் ஏற்றுக்கொள்ளாவிட்டாலும் குறைந்தபட்சம் அங்கீகரியுங்கள் என்று ராஜசேகரன் சார்பில் சுரேந்திரநாத் ஆர்யா பாத்திரம் முன்வைக்கும் கோரிக்கையுடன் படம் முடிகிறது.

பாரதியைப் பற்றிய ராஜசேகரனின் பார்வையை ஏற்றுக்கொள்ளாதவர்கள் கூட கட்டாயம் பார்க்க வேண்டிய படம் இது. சில லட்சியங்களை ஏற்றுக்கொண்டு அவற்றுக்காக மட்டுமே நான் வாழ்வேன் என்று வைராக்கியத்துடன் வாழும் ஒரு மனிதனின் குடும்பம். கனவு, வாழ்க்கை எல்லாம் எப்படி நமது சமூகத்தில் சிதைந்து போகின்றன என்பதைக் காட்டும் படமாக இதை முதலில் கருத வேண்டும்.

பாரதியாக வரும் சாயாஜி ஷிண்டே என்ற தமிழ் தெரியாத மராத்தி நடிகர், தமிழர்கள் அனைவரின் பாராட்டுக்கும் உரியவர் (குரல் உதவி நடிகர் ராஜீவ்). லட்சியவாதிகளின் உறுதி, ஆவேசம், யதார்த்த வாழ்க்கையின் சிறுமைகளால் ஏற்படும் அவஸ்தைகள், தர்மசங்கடங்கள், வேதனை, ஆற்றாமை, பொது மனிதனாகத் தோன்றும் உணர்ச்சிகள், தனி மனிதத் தந்தையாக படும் பாசச் சிக்கல்கள் எல்லா உணர்ச்சிகளையும் இயல்பாக வெளிப்படுத்தியிருக்கும் ஷிண்டே இது வரை பாரதி பற்றி தமிழ் சினிமா உருவாக்கி வைத்துள்ள செயற்கையான பிம்பத்தை உடைத்து விட்டார்.

தன் தலைக்கு அப்பாற்பட்ட எதையோ கட்டிக்கொண்டு அழும் கணவனை விட்டுப் போய் விடவும் முடியாமல், தன் குழந்தைகளுக்காக மட்டுமே எல்லா துயரங்களையும் சகித்துக் கொண்டு வாழும் பல பெண்களின் சாரமற்ற வாழ்க்கையின் சாரத்தைத் தேவயானியின் நடிப்பு உணர்த்துகிறது.

இளையராஜா இந்தப் படத்துக்கு அமைத்துள்ள பின்னணி இசை, படத்தின் குறைகளை எல்லாம் மறைத்து அடுத்த பரிமாணத்துக்கு எடுத்துச் சென்றுவிடுகிறது. தனியே கேட்கிறபோது இளையராஜாவின் வழக்கமான மெலடிப் பாடல்கள் தான் என்று தோன்றுபவை எல்லாம் படத்தில் பொருத்தமான இடத்தில் சூழல் உணர்ந்து அமைக்கப்பட்டிருப்பதைப் பார்க்கும்போது, அவற்றின் இனிமையும், கம்பீரமும் கூடுதலாக உணரப்படுகின்றன.

புலமைப்பித்தனும் மு.மேத்தாவும் எழுதியுள்ள பாடல்கள் அவற்றையும் பாரதிதான் எழுதினானோ என்று மயங்க வைக்கும் அளவுக்குப் படத்தின் விஷயத்தோடு ஒன்றியிருக்கின்றன. குறிப்பாகப் பாரதியின் அத்வைத சாரத்தை புலமைப்பித்தன் எழுதியுள்ள "எதிலும்" பாடல் சிறப்பாக விளக்கியிருக்கிறது.

தங்கர்பச்சானின் ஒளியமைப்புக் காட்சியின் தன்மையை அடிக்கோடிட்டுக் காட்டுவதாக அமைந்திருக்கிறது. குறிப்பாக

பாரதி வீடு திரும்பியதும் மகளும் மனைவியும் இல்லை என்பதை அறியும் தருணங்கள்; கனகலிங்கத்துக்குப் பூணூல் சடங்கு.

கலை இயக்குநர் பி.கிருஷ்ணமூர்த்தி அதிகச் செலவில்லாமல், பழைய கால கட்ட தோற்றங்களைச் சிறப்பாக அமைத்திருக்கிறார். லெனின் - வி.டி. விஜயனின் படத்தொகுப்பு சீரானதாகவும் சிக்கல் இல்லாததாகவும் அமைந்திருக்கிறது.

இந்தப் படத்தின் மொத்தமான சிறப்பு. இது வணிக சினிமா நிராகரிக்கக்கூடிய ஒரு கதையை, வணிகப் படங்களின் வரையறைகளுக்கு உட்பட்டு, அதே சமயம் அவற்றின் பல கோளாறுகளில் சிக்கிக் கொள்ளாமல், மேல்தட்டுப் பார்வையாளர்களுக்கு மட்டுமன்றி எல்லாவிதமான பார்வையாளர்களுக்கும் புரியும் விதத்தில் இருப்பதுதான்.

இப்படிப்பட்ட படங்கள் மேலும் மேலும் வெளியானால்தான், தமிழ் சினிமாவில் மாற்றங்கள் ஏற்பட முடியும். இந்தப் படத்தைத் தயாரித்துள்ள மீடியா டிரீம்ஸ் போன்ற வணிக நிறுவனங்கள் இந்தத் திசையில் தொடர்ந்து பயணம் செய்ய முடியும். இல்லாவிடடால் அவர்களும் மசாலா சினிமா பக்கம் போய்விட வேண்டிய வரும்.

இந்தப் படத்தை நமது பள்ளிக்கூட மாணவர்களும் கல்லூரி மாணவர்களும் கூட்டங்கூட்டமாகச் சென்று பார்ப்பது அவர்கள் பாரதிக்குச் செலுத்தும் நல்ல அஞ்சலியாக இருக்கும். அதற்கு உதவியாகத் தமிழக அரசு உடனடியாக இதற்கு வரி விலக்கு அளிக்க வேண்டும்.

●

<u>தினத்தந்தி</u>

துணிச்சலான முயற்சி

"அச்சமில்லை... அச்சமில்லை... அச்சமென்பதில்லையே" என்று பாடிய அஞ்சா நெஞ்சன் 'மகா கவி' யின் வரலாறு!

இன்றைய தலைமுறையினருக்குத் தெரியாத விஷயங்களை தெளிவுபடுத்தி இருக்கும் துணிச்சலான முயற்சி! டைரக்டர் ஞான ராஜசேகரனுக்கு முதல் வாழ்த்துக்கள்!

கதை

பாரதியின் சவ ஊர்வலத்துடன் படம் தொடங்குகிறது. 'மன்னனை விட மகாகவியே பெரியவன்' என்ற செருக்கோடு வாழ்த்து காட்டிய அந்த கவிஞன் இறந்த போது - அவனது ஊர்வலத்தில் வந்தவர்கள் எத்தனை தெரியுமா? மொத்தம் பதிமூன்றே பேர்கள். பட ஆரம்பத்திலேயே கண் கலங்கவைத்து "பிளாஷ் பேக்"கில் விரிக்கிறார், பாரதியின் கதையை!

எட்டயபுரம் ராஜாவின் மகா சபையில் கவி பாடி பாராட்டு பெறும் சிறுவனாக - அந்த வயதிலேயே கூத்து மேடையில் பாஞ்சாலியிடம் கேள்வி கேட்கும் துணிச்சல்காரனாக - "ஊருக்கு அடங்காத பிள்ளைக்குக் கால் கட்டு போடுவது மாதிரி" சிறுமி செல்லம்மாவை 'பால்ய விவாகம்' செய்யும் சிறுவன் சுப்பையாவாக - சின்ன வயசு பாரதியின் துடுக்குத்தனம் கூட ரசிக்க முடிகிறது.

கல்யாணத்துக்கு பிறகு காசி சென்று வேத மந்திரங்கள் கற்று, சமுதாயத்தைச் சாடும் சுப்பிரமணிய பாரதியாக 'முண்டாசுக் கவிஞனாக! மாறும்போது மிரட்டி இருக்கிறார் கவிஞர்!

சாயாஜி சின்டே

பாரதியாக சாயாஜி சின்டே. வங்காள நடிகர். நடிப்பில் வரலாற்று கவிஞனாகவே வாழ்ந்து இருப்பது சிறப்பு!

நிமிர்ந்த நடை, நேர்கொண்ட பார்வை என்பது மாதிரி அவரது நடைக்கும், பார்வைக்குமே அள்ளி கொடுக்கலாம் பரிசுகளை!

'பெண்கள் என்றாலே வீட்டுக்குள் அடங்கி கிடக்க வேண்டும்' என்பது அந்த காலத்து பழக்க வழக்கம்! ஆனால் பாரதியோ பெண் விடுதலைக்காகப் பாடியவர் ஆயிற்றே. விடுவாரா? பெண்ணுக்கும் சம உரிமை உண்டு என்பதை உணர்த்தும் வகையில், தன் மனைவி செல்லம்மாவை வெளியே அழைத்து செல்லும் போது, அவளது தோளைத் தொட்டு லேசாக அணைத்தபடி அக்ரஹார வீதியில் மிடுக்காகச் செல்லும் அந்த நடை ஒன்று போதும்! 'சாயாஜி'யின் பெயரைச் சொல்ல.

அதே போல் சென்னைக்கு வந்திருக்கும் காந்தியை அவர் சந்திக்கும் இடம்! காந்தியைப் பார்க்க ஏக கூட்டம். வாசலிலேயே தடை! பாரதியோ எதைப் பற்றியும் கவலைப்படாமல் அச்சமின்றி சென்று அவர் அருகே அமர்ந்து, "மிஸ்டர் காந்தி..இன்று என் கூட்டத்திற்கு நீங்கள் வர வேண்டும். முடியுமா?" என அதிகார தோணியில் கேட்க "இன்று முடியாது.. நாளை வரலாமா" என்று காந்தி பதிலளிக்க, "தேவையில்லை, கூட்டத்தை நாளைக்கு மாற்ற இயலாது. உமது போராட்டங்களுக்கு எம் ஆசீர்வாதம்" என்று கூறிவிட்டு ஒரு செருக்கோடு ஒரு நடை நடக்கிறாரே - எவருக்கும் நான் அஞ்சுபவன் அல்ல எனக் கூறும் அசத்தல் நடை அது சாயாஜி சின்டேயிடம் சிவாஜியைப் பார்க்க முடிகிறது.

பாரதியின் பாடல்களைக் கேட்டாலே எழுச்சி! வீரம்! ஆனால் அவரது குடும்ப சூழ்நிலை வறுமையிலும் வறுமை! இந்த உப்பு புளி பிரச்சினையில் இருந்து என்னை மீட்டால் தானே நான் உலகத்தைப் பற்றி பாட முடியும்?" என பராசக்தியிடம் கேட்கும் தோரணை - பாரதியாரின் குடும்ப சூழ்நிலையை அருமையாகவே விளக்கி இருக்கிறார் டைரக்டர்! வறுமை இருந்தாலும் அதற்கு வளைந்து கொடுக்காத துணிச்சல் இருக்கிறதே! அதனால்தான் அவர் மகாகவி.

பாரதிக்குக் கடன் வேண்டும். அதை அதை எட்டயபுரம் மகாராஜா தருவதாகச் சொல்லி இருந்தார். அதை வாங்குவதற்காகப் பாரதி எட்டயபுரம் வருகிறார். மகாராஜாவைச் சந்திக்காமல், ஓர் இடத்தில் இருந்து கொண்டு, "நான் உலகம் முழுக்க சொந்தக்காரன் - உங்க ராஜா ஒரு சமஸ்தானத்துக்குதான் சொந்தக்காரர். எனவே கடனை இங்கு வந்து தரச்சொல்" எனச் சேவகனுக்கு உத்தரவு போடும் போது - பாரதியின் ஞானச்செறுக்கு என்னமாய் வெளிப்படுகிறது. சாயாஜி சின்டேக்கு விருது கிடைக்கலாம்.

தேவயானி

அவரது மனைவி செல்லம்மாவாகத் தேவயானி! கணவனோ ஊரே மதிக்கும் கவிஞன் - ஆனால் வீட்டிலோ பிடி அரிசிக்கும் வழி இல்லாத வறுமை சூழ்நிலை. கணவனின் பெருமையும் காப்பாற்ற வேண்டும். பொறுப்புள்ள மனைவியாகத் தேவயானி! வேதனையை மனசுக்குள்ளே வைத்து வாடி வதங்கும்போது அனுதாபத்தை அள்ளிக் கொள்ளகிறார். நடிப்பு அருமையிலும் அருமை.

தனது தோளில் கைபோட்ட படி கணவன் நடப்பதை அக்ரஹாரத்துவாசிகள் 'ஆ'வென பார்க்க, அச்சம்... மடம்... நாணம்... பயிற்பு என்பார்களே அத்தனையையும் இந்த ஒரு காட்சியிலேயே காட்டியிருக்கிறார், தேவயானி! செல்லம்மாவாக வாழ்ந்திருக்கிறார்.

பாரதியாரின் நண்பர் குவளைக் கண்ணனாக டி.பி. ராஜேந்திரன் பாரதியாரிடமும் அவரது மனைவியிடமும் உரிமையுடன் பேசும் ஒரே மனிதர்! மிகைப்படாத நடிப்பு!

தேவயானியின் அக்காவாக இந்து! குழந்தை இல்லாத இவர் பாரதியின் குழந்தைகளில் ஒன்றைத் தானமாகக் கேட்கும் காட்சி - கண்களைக் குளமாக்கும்!

இளையராஜா

பாரதியின் முறுக்கு மீசை மாதிரி - படத்துக்கு

இளையராஜாவின் இசை. அத்தனை கம்பீரம்! "நின்னை சரண்", "நல்லதோர் வீணை", "அக்னி குஞ்சு", "கேளடா" பாடல்களைக் கேட்கலாம்.

பாரதியார் வாழ்ந்த வீடுகள், படப்பிடிப்புக்குரிய இடங்கள் என அந்த காலத்துக்கே அழைத்து சென்று இருக்கிறார், ஒளி ஓவியர் தங்கர் பச்சான், 'காசி' காட்சி 'ஏசி' மாதிரி குளுமை.

பாரதியைப் பார்க்கும் போதெல்லாம் டைரக்டர் ஞானசேகரனும் தெரிகிறார். ஹாட்ஸ் ஆப் ராஜசேகரன்!

பாரதி - விருதுக்குரிய படம்.

செம்மலர்

மகாகவிஞனுக்கு மகத்தான காணிக்கை

தேசத்துக்கு விடுதலையையும், தமிழ் மொழிக்கும், தமிழ்ச் சமூகத்துக்கும் ஒரு சேர மறுமலர்ச்சியையும், தமிழரிடத்து புதிய விழிப்பையும் ஏற்படுத்துவதையே தமது வாழ்வாகக் கொண்டு, வாழ்ந்து காட்டியவன் மகாகவி பாரதி. அவனுக்கு வாய்த்த வாழ்க்கையே அவனது உள்ளத்து நெருப்பை மேலும் மேலும் உரமூட்டி வளர்க்க உதவியது என்பதும் மிகையில்லை. அவன் வாழ்க்கைச் சூழல் அவனை ஞானச்சுடராக்கியது.

சராசரி வாழ்க்கையிலிருந்து மிகமிக உயர்ந்து நோக்கிச் சிந்தித்தான். உலகத்து உயிர்களையெல்லாம் நேசித்தான். சுதந்திர தாகமெடுத்து அலைந்தான். வறுமை வாட்டியபோதும் தான் சிந்தையால் ஏழையல்ல என மீண்டும் மீண்டும் நிரூபிக்க அந்த மகாகவியின் வாழ்க்கையை வெகு அற்புதமாகச் சித்தரித்து ஒரு திரைப்படம் இத்தனைக் காலத்திற்கப்புறம் தான் நமக்குச் சாத்தியமாகியிருக்கிறது.

பாரதியின் வாழ்க்கையைப் படமாக்கக் கனவு கண்டவர்கள் கே.பாலச்சந்தரிலிருந்து, கமல்ஹாசனிலிருந்து பலர். கடைசியில் அந்தக் கனவை நனவாக்கி இருக்கிறார் இயக்குநர் ஞான ராஜசேகரன்.

மசாலா நெடிகளுக்கூடாகப் புளித்துப்போன காதல், காம, வன்முறைகளே தமிழ்ச்சினிமா என்றாகிவிட்ட இன்றைய சூழிலில் பாரதியின் கதையைப் படமாகத் துணிந்திருப்பது முதலில் பாராட்டப்படவேண்டியது. ஒவ்வொரு காட்சியிலும் நாம் பாரதிக்குப் பக்கத்திலிருந்து அவனோடு வாழ்வது போன்றதொரு உணர்வு ஏற்படுவதே ஒரு சுகானுபவம்.

பாரதிதான் எத்துணை தீரமும், தீர்க்கமும் நிரம்பியவனாக இருந்திருக்கிறான்! “தழல் வீரத்தில் குஞ்சென்றும், மூப்பென்றும் உண்டோ?” என்று கேட்டு வியந்தவனல்லவா அவன்? அதனால்தான் சிறுவனாக இருந்தபோதே தெருக்கூத்துப்

பாஞ்சாலியைப் பார்த்து "நீ உன்புருசனை பணயம் வைத்துப் பல்லாங்குழி ஆடு. அப்போதுதான் அவனுக்குப் புத்தி வரும்" என்ற 'பெரியது' சொல்லி நம்மை பிரமிப்பிலாழ்த்துகிறான். ஆனால் அதே சிறுவன் பாரதிதான் மாடு மேய்க்கும் சிறுமியின் பாடலில் லயித்துப்போய் அவள் காலில் விழுந்து கும்பிட ஆசைப்படுகிறான். இந்த ஆரம்பக் காட்சிகளிலேயே பாரதி யார்? அவன் உள்ளக்கிடக்கை எத்தகையது என்பதை நமக்கு விளங்க வைக்கப்பட்டு விடுகிறது.

அதுபோலவே காசியில் தான் காணும் தீண்டாமைக்கும் குழந்தைப் பருவத்திலேயே விதவையாகும் கொடுமைக்கும் இந்தச் சனாதன(அ)தர்மமே காரணம் என்றுணர்ந்து பூணூலைக் கழற்றி கங்கையில் எறிந்து, குடுமியை வெட்டி, மீசை வைத்து முண்டாசு கட்டி பாரதி புது ரூபம் கொள்ளும் இடம் கவித்துவ அழகுடையது.

எட்டயபுரத்து மன்னரின் அன்புத் தோழனாக இருப்பினும் ஒருவேலையும் இன்றி சம்பளம் வாங்கும் உத்தியோகத்திலிருந்து பாரதி விடுதலை பெறும் பாங்கும், சென்னை வந்து 'இந்தியா' பத்திரிகையில் பணியாற்றுகையில் கேலிச்சித்திரத்தில் கூடத் தத்ரூபம் வேண்டி, தானே ஓவியர் முன் நடித்துக்காட்டுவது, புதுச்சேரியில் தன்னை வெடிகுண்டு வீசுகிறவன் என்று போலீஸ் சொல்லிச் சென்றதும், "எனக்கு வெடிகுண்டு வீசத் தெரியாது. ஒருவேளை என் பாடலைத்தான் அவன் வெடிகுண்டு என்றானோ?" என்ற வியந்து கேட்பது. பாரதிதாசனுடன் முஸ்லிம் நடத்தும் டீக்கடையில் பலரும் நகைத்துக் கேலிசெய்ய டீக்குடித்துக்கொண்டே "என் மகள் ஒரு தாழ்ந்த சாதி இளைஞனுடன் ரங்கூன் ஓடிப்போய் அங்கிருந்து நான் இன்னாருடன் சவுக்கியமாக இருக்கிறேன் அப்பா என்று கடிதம் எழுதினால் அதுதான் எனக்கு உண்மையான சந்தோஷம்" என்று பெருமிதம் பொங்கக் கூறுவது. தன் நண்பர்களை வேறு சாதிக்காரர்கள் என்று சொல்லும் மனைவி செல்லம்மாவைக் கன்னத்தில் அறைந்துவிட்டு பிறகு ஒரு நாள் கல்கத்தாவில் நிவேதிதா தேவியைச் சந்தித்துத் தெளிவடைந்து

வந்து மனைவியிடம் மனமார மன்னிப்புக் கேட்பது. அப்போது "புருஷன் பெண்டாட்டியை அடிப்பது சகஜம்தானே!" எனும் செல்லம்மாவிடம் "ஆண் மேலாதிக்க மனோபாவத்தை விட பெண்களின் இந்த அடிமை மனோபாவம் கொடியது" என்று கர்ஜிப்பது என்று அடடா! துவக்கம் முதல் பாரதியின் மூச்சு அடங்கித் தணியும் வரை பாரதியாகவே நம் கண்முன் வாழ்ந்து காட்டிவிடுகிறார் அந்த மராட்டிய நாடக நடிகர் சாயாஜி ஷிண்டே அவரது கம்பீரத்துக்குக் கம்பீரம் சேர்க்கிறது. அவருக்குப் பின்னணி தந்த நடிகர் ராஜீவின் கணீர்க் குரல்.

"மன்னர் கொடுத்த பணத்துக்குக் கடைகடையாக அலைந்து புத்தகங்களை வாங்கத்தெரிந்த உங்கள் கண்ணில் ஒரு நகைக்கடை, புடவைக்கடை படவேயில்லையா?" என்று மனைவி இடிந்துபோய் செய்வதறியாது திகைக்கிற இடமாகட்டும். புதுச்சேரியில் செல்லம்மா கோபித்துக்கொண்டு பிறந்த வீட்டுக்குக் குழந்தைகளுடன் போய்விட்ட பிறகு தனிமையில் உருகித் தவிக்கிற இடமாகட்டும், கடையத்தில் தனக்குத் தெரியாமலேயே தனது செல்ல மகளுக்குத் திருமணம் ஏற்பாடாகியிருப்பதைக் கேட்டதும் கண்கலங்கிக் கதறித்துடிக்கிற காட்சியாகட்டும், பாரதி என்பவன் தெய்வப்பிறவியல்லன். எல்லா சராசரி உணர்வுகளும் கொண்ட மனித மகன்தான் அவனும் எனும் யதார்த்த உண்மையையும் ஷிண்டேயின் மெருகேறிய நடிப்பால் நாம் இயல்பாக உணரமுடிகிறது.

அதே போலவே, இந்தப் படத்தில் நடித்திருக்கிற அத்தனை பேருமே அந்தந்தப் பாத்திரங்களாகவே வாழ்ந்துவிட்டு போயிருக்கிறார்கள். அதிலும் குறிப்பாகச் செல்லம்மாவாகவே வாழ்ந்து, அழுது, பாரதியுடன் சண்டையிட்டும் சரணடைந்தும் நம்மை மெய்சிலிர்க்க வைத்துவிட்டார் தேவயானி. உருவ ஒற்றுமை மாத்திரமல்ல, ஒவ்வொரு காட்சியிலும் அவர் காட்டுகிற உணர்ச்சி வெள்ளமெனப் பிரவகிக்கிறது. அடுத்தாற்போல குவளைக்கண்ணனாக வரும் இயக்குநர் டி.பி.கஜேந்திரன்

நண்பர் ஆர்யாவாக வரும் நிழல்கள் ரவி போன்றவர்களின் நடிப்பைச் சொல்லலாம். ஒரே ஒருமுறை வந்தாலும் 'நச்'சென்று முத்திரை பதிக்கிற காந்தி -பாரதி சந்திப்பு. நிவேதிதா - பாரதி சந்திப்பு. அரவிந்தர் - பாரதி சந்திப்பு. (விதிவிலக்காக திலகர் - பாரதி சந்திப்பில் அது ஆழமாகப் பதிவாகவில்லையே).

இந்தப் படத்திற்கு இசையமைத்ததன் மூலம் மீண்டும் வரலாறு படைத்துவிட்டார் இசைஞானி இளையராஜா. "நிற்பதுவே. நடப்பதுவே, பறப்பதுவே" பாடலும். "அக்கினிக்கு குஞ்சொன்று கண்டேன்" பாடலும். "நின்னைச் சரணடைந்தேன்" பாடலும் குறிப்பாக, மீண்டும் மீண்டும் கேட்கத்தூண்டுவன. பின்னணி இசையும் நம்மை அந்தக் காலத்துடன் இழுத்துக்கொண்டுபோய்ப் பொருத்துவதாக உள்ளது சிறப்பு. "கேளடா மானிடவா" பாடலின் இடையில் வரும் இசையும் பாடலின் சூழலும் என்ன அழகாக இணைகிறது பாருங்கள். பாரதி தாழ்த்தப்பட்ட மக்களுடன் வீதியில் பாடிக்கொண்டே செல்கிறார். இதை உணர்த்துவதாக நாதஸ்வர இசையுடன் பறை முழக்கத்தை இணைத்துக் குழைத்து, இளையராஜா மட்டுமே இதைப் படைக்க முடியும்! பாராட்டுக்கள்!

தங்கர்பச்சான் காமிரா பாரதிக்கு இணையாகக் கவிதை பாடியிருக்கிறது. படத்தினைத் துவக்கத்திலிருந்து கடைசிக் காட்சி வரையில் நம்மை இந்தப் பகக்கம், அந்தப்பக்கம் திரும்ப விடாமல் திரையையே வைத்த கண் வாங்காது பார்க்கச் செய்வதில் வெற்றி பெற்றிருக்கிறது எடிட்டிங் செய்த பி.லெனின் -வி.டி.விஜயன் ஜோடி. காட்சிக்குக் காட்சி உண்டாகும் விறுவிறுப்புக்கு இவர்களே பொறுப்பு. கலை இயக்குநர் கிருஷ்ணமூர்த்தியின் திறன் நம்மை நூறு ஆண்டுகளுக்கு முன்னர் வாழ செய்துவிடுகிறது. எழுத்தாளர் சுஜாதா, ரா. அ. பத்மநாபன் போன்றோரின் சீரிய ஆலோசனைகள் பாரதியின் கதையைப் பட்டைதீட்டித் திரைக்கதையாக்கத்திற்கு துணை நின்றிருக்கிறது. இவை அனைத்திற்கும் சிகரமாகத் தன் கனவுடன் நம் கனவையும் மெய்ப்பட வைத்திருக்கிறார் இயக்குநர் ஞான ராஜசேகரன்.

எல்லோரும் கைகட்டி நின்று கொண்டிருக்கையிலே விறுவிறு வென்று போய் காந்திஜியின் அருகிலே சமதையாக அமர்ந்து மிடுக்காக உரையாடிவிட்டு வெளியேறிடும் அதே பாரதிதான், பிறந்த மண்ணைக் குனிந்து மண்டியிட்டு உதடுகளால் முத்தமிடுகிறான். ஞானச் செருக்கும், ஈர மனசும் அவனுடையது தேச பக்தியும், சமூக சீர்திருத்த உணர்வும் அவனிரண்டு கண்கள். மொழிப்பற்று அவன் மூச்சு. பெண் விடுதலை அவனுயிர். அந்த மகாகவி மனித குலமுழுமைக்கும் சொந்தமானவன். அவன் ஞானக்கடல். 'அந்தக் கடல் முழுவதையும் சிறு கடுகைத் துளைத்துப் புகட்டித் தருதல் இயலுமோ? என்று அஞ்சியே இதுகாறும் பாரதி திரைப்பட முயற்சி கனவாக, கற்பனையாக இருந்து வந்திருக்கிறது. அதை முடிவுக்குக் கொண்டு வந்திருக்கிற ஞானராஜசேகரனின் துணிவு போற்றுதலுக்குரியது. பாரதியின் முழு வாழ்வும், பரிமாணமும் இதில் பதிவாகிவிட்டதா என்பதல்ல இப்போதைய கேள்வி. மாறாக, பாரதி யார்? அவனது வாழ்வின் நோக்கம் எது? அவன் பயணம் எத்திசையில்? என்கிற அடிப்படைக் கேள்விகளுக்கு நறுக்கு தெரிந்தாற்போல இத்திரைப்படம் விடையளித்திருக்கிறது.

ஆனால் ஒன்று, சமூக சீர்திருத்தவாதி பாரதிக்குக் கொடுத்திருக்கிற அழுத்தம் அரசியல்வாதி பாரதிக்கு இந்தப் படத்தில் அவ்வளவாகத் தரப்படவில்லை என்றும் படுகிறது. பாரதி காலத்தில் நடந்த ஏகாதிபத்திய எதிர்ப்பு வரலாற்று நிகழ்வுகள் பதிவாகவில்லை. குறிப்பாக வ.உ.சி.யின் சுதேசிக் கப்பல் முயற்சி சிவா உடனான தொடர்பு போன்றவை. இதனால் பாரதியை ஒருவிதத் தனிமை சூழ்ந்தாற்போலப் பார்வையாளர்கள் உணர்வதைத் தவிர்க்க இயலவில்லை.

தேசம், சமூகம், மொழி இவற்றின் மீது பாரதி செலுத்திய தாக்கமும் இவற்றைச் சீர்செய்ய அவன் கொண்டிருந்த அப்பழக்கற்ற நோக்கமும் - அவனை மனிதன் என்ற யதார்த்தத்திலிருந்து சற்றும் பிறழச் செய்யாமல் - இத்திரைப்படம் படம் பிடித்துக் காட்டியிருக்கிறது. இது

நம்மையெல்லாம் பேதமற நேசித்த அந்த மகாகவிஞனுக்கு ஒரு மகத்தான காணிக்கைதான். காலம் கடந்திருந்தாலும். ஞானராஜசேகரன் குழுவினர் செய்திருக்கும் மாபெரும் வேள்வி இது.

'ஒருவன் கலியை உடைத்து நொறுக்கினால், அவனைப் பார்த்துப் பத்துப்பேர் உடனே நொறுக்கிவிடுவார்கள். இங்ஙனம் ஒன்று, பத்து, நூறு, ஆயிரம், லக்ஷம், கோடியாக மனித ஜாதியில் ஸத்யயுகம் பரவுதலடையும் காலம் ஏற்கெனவே ஆரம்பமாய்விட்டது. இதில் ஸந்தேஹமில்லை!' - என்பான் மகாகவி பாரதி ஆம்! தமிழ்ச் சினிமாவின் கலியை உடைத்து நொறுக்குவதாக வந்திருக்கிறது இந்த 'பாரதி' திரைப்படம் பாரதியின் வாக்குப்படியே இது பரவட்டும்.

புதுக்கீரன்

●

குங்குமம்
தேவையான காட்சிகளை எடுத்து பூ தொடுத்திருக்கிறார் இயக்குநர்

சாருப்ரபா சுந்தர்

கவிராஜனின் கதை. தமிழ்ச் சினிமா ஜாம்பவான்களெல்லாம் யோசித்து, முயற்சித்து, தள்ளுபடி செய்த வரலாறு.

சில சந்தேகங்களுடனே சென்று அமர்கிறோம்.

1. நல்ல கதையையே டாக்குமென்டரி ஆக்கும் டைரக்டர் 'முகம்' ஞானராஜசேகரன் இதை என்ன செய்திருப்பாரோ?

2. 'கப்பலோட்டிய தமிழன்' முதல் பல படங்களில் துண்டு துண்டாய் சொல்லப்பட்டதில் - இதில் 'பாரதி'யின் புதிய விதம் சாத்தியமா?

3. எஸ்.வி.சுப்பையா வாழ்ந்த இடத்தில், ஒரு மராட்டிக்காரரைப் பாரதியாராக அமர்த்தி வைத்திருக்கிறார்களே..... என்னவாகப் போகிறதோ?

ஆனால், பதினாலே பதினாலு பேருடன் துவங்கும் மௌனமான அந்த இறுதி ஊர்வல முதல் காட்சியே, நம் இதயத்துக்குள் கத்தி சொருகி விடுகிறது.

சுப்பையா பாரதியானதைச் சொல்லியிருக்கிறார்கள். கடலை குடத்துக்குள் அடக்க முடியுமா? பாரதி வாழ்ந்தது குறைந்த காலம்தான். ஆனால், மனிதத்தின் மீதும், சத்தியத்தின் மீதும், தேசம் மற்றும் பெண் விடுதலையின் மீதும் அவன் கொண்டிருந்த கனவு மட்டுமல்ல; நம்பிக்கையும்கூட. இதில் தேவையான காட்சிகளை எடுத்து பூ தொடுத்திருக்கிறார் இயக்குநர்.

படிக்க மனசில்லாமல் நாடகம், கிராமியப் பாடல்கள், இயற்கை என வேறு கவனம் இளம் வயதுப் பாரதிக்குப் பதினாலு வயதிலேயே எட்டயபுரத்துச் சமஸ்தானக்

கவிஞனாகப் பார்க்கப் பெருமை கொள்கிறது நெஞ்சம். அப்பாவின் நிர்ப்பந்தத்தால் பால்ய விவாகம் செய்து கொள்கிறார், பாரதி.

'வயதை மீறிக் கனவு காணும்' குழந்தைக்கு 'காலத்தை மீறிக் கனவு காணாதே' எனச் சொல்லிவிட்டு உயிர் துறக்கிறார் அப்பா.

இடம் மாறி காசிக்குப் படிக்கச் செல்லுகிறார் கவிஞர். கற்று பண்டிதராகிறார். கூடவே மனமாற்றமும் நிகழ்கிறது.

அதன் பின்பு, அந்த மகாகவியின் வாழ்க்கையில்தான் எத்தனை சிரமங்கள்? அனுபவங்கள்? இடையூறுகள்? அவமானங்கள்? வலிகள்? வேதனைகள்? ஆனால் தனக்குள் இருந்த - தன்னை அடையாளம் கண்டு, தனியாக வாழ்ந்து காட்டிய ஒரு பாத்திரத்தில், காட்சிக்கோ, உணர்வுக்கோ ஏது பஞ்சம்?

முன்னதாக வந்த படங்களில் இடம் பெற்ற காட்சிகளைத் தவிர்த்திருக்கிறார்கள். புதிய பாடல்களைப் பயன்படுத்தி இருக்கிறார்கள். 'பாரதி'யை மகாகவியாக மட்டுமில்லாமல், நிறை குறை உள்ள ஒரு மனிதனாகக் காட்டி இருப்பது நம் புருவத்தை ஆச்சரியமாக உயர்த்த வைக்கிறது.

'புதிதாக வந்து சேர்ந்த பழக்கத்தால் தலை வேறு கிறுகிறுக்கிறது' எனச் சூசகமாகச் சொல்லும் வசனம் இதற்கு ஒரு சாட்சி.

செல்லம்மாவாகத் தேவயானி ஒரு நல்ல வியாபாரத் தேர்வு. அதுவும் இல்லாமல் இருந்தால் பார்வையாளர்கள் சீட்களில் நெளிந்திருக்க வேண்டியிருக்கும்.

தேவயானியும்....செல்லம்மாவாகச் சம்பிரதாயங்களை மீறாத - சாதி மதம் பார்க்கும் ஒரு பிராமணப் பெண்ணாக - பழுதில்லாமல் செய்திருக்கிறார்.

வீட்டுக் கவலையை யோசிக்காமல் பிஜித் தீவு மக்களுக்காகக் கணவர் அழும்போது, செல்லம்மா பாத்திரத்தின்

ஆதங்கம் நமக்கு நியாயமாகப் பட்டுவிடுவதே திரைக்கதைக்கு வெற்றியில்லையா?

இசையால் தேசியக் கொடியை உயர்த்தி பாரதிக்கு மரியாதை செய்திருக்கிறார், ராஜா.

காசியில் முகத்தை மழித்து புது உருவம் தரிக்கும்போது ஷெனாய், பின் தொடரும் போலீஸ்காரர்கள் புகைப்படம் எடுத்துத் தோற்கும்போது பிரெஞ்சு இசை, தீம் மியூசிக்கிற்கு வயலின் தபேலா பின்னல்கள், ஷெல்லியின் 'ரிவர் மிங்கிள்ஸ் வித் ஓஸன்' - கவிதை படிக்கும்போது பியானோவின் துள்ளல், அவசியமான சமயத்தில் சதங்கை, அவ்வப்பொது தப்பட்டை, அழகாய்ப் புல்லாங்குழல், பராசக்தியை அழைக்கும் உடுக்கை என நேர்த்தியாக இசை செய்திருக்கிறார் ராஜா.

"மயில்போல பொண்ணு" பவதாரினி, "நிற்பதுவே நடப்பதுவே" ஹரிஷ் இருவரும் தனி இடம் பிடிக்கிறார்கள்.

"நல்லதோர் வீணை செய்தே"யை மனோ துவங்க, எரியும் சிதையின் போது "வல்லமை தாராயோ" எனச் சேர்ந்து கொள்ளுகிற ராஜாவின் உச்சஸ்தாயி கச்சிதம்! யார் கண்களிலும் தளும்பலைத் தருவித்து விடாதா?

ஒளி ஓவியம் அல்ல, ஒளியால் காவியமே செய்திருக்கிறார் தங்கர் பச்சன். அதிலும் 'ஜெயசிவ ஷங்கர்' (எட்டையபரம் அரண்மனைக்குப் பதிலாக மட்டும் காரைக்குடி) அதே இடங்களில் காட்சிகளைப் பதிவு செய்து இருக்கிறார்கள். வாழ்க!

சாயாஜி ஷிண்டேயா? அல்லது மறுபிறவி பாரதியா எனக் கேட்கும் விதத்தில் வாழ்ந்து அசத்தியிருக்கிறார் மனிதர்.

காசியின் கங்கை ஆற்றிலிருந்து எழுந்து படிகளில் நடக்கும் அறிமுகக் காட்சியிலேயே, நம் கவனத்தைக் கைப்பற்றி விடுகிறார்.

இவர் நம்மை அசரவைக்கும் காட்சிகள் பல. அதில் சில: புத்தக மூட்டைகளைப் பிரித்துப் பார்த்து விட்டு மனைவியின் புலம்பலைக் குறித்து வினோதமாக யோசிப்பது, வ.வே.சு.

ஐயரிடமிருந்து வாளை ஆவேசமாகக் கழற்றி பொங்குவது, மரியாதைக்குப் போட்ட மேல் துண்டை மாற்றிப் போட்டுக் காட்டும் மிடுக்கு, செல்லம்மா பிரிவால் வாடும் துயர்முகம், யாரைப் பற்றியும் கவலைப்படாமல் அக்கிரகாரத்தில் மனைவியின் தோளில் கைபோட்டபடி நடக்கும் கம்பீர இதம், துள்ளிக் குதித்தோடி ஆடுமேய்ப்பவர்களுடன் உணவு அருந்தும் எளிமை, மன்னரை ஐதி பல்லாக்குடன் தன்னை வந்து பார்க்கச் சொல்லும் வித்யாகர்வம் என்று, விதவிதமாய்ப் பாரதியை உணர்த்துகிறார் ஷிண்டே.

சென்னைக்கு வந்த காந்திஜியைச் சென்று பார்த்து, கூட்டத்திற்கு அழைத்து விட்டு ஆசீர்வாதம் செய்து திரும்புகிற பாங்கு இருக்கிறதே..... தனியானது அது.

தன் மகளுக்குத் திருமணம் பற்றியும் அதிகாலையில் தவிர்க்க முடியாமல் அழைக்கப்பட்டவுடன் வெடித்து ஒரு அழுகை அழுகிறாரே... கல் மனிதனையும் அது கரைத்து விடாதா?

அதுபோலவே நிவேதிதா தேவி பாரதியைப் பார்த்து "ஆணாகிய நீ என்ன செய்தாய்?" என்று அறைந்து கேட்கிற காட்சியும்!

ஆங்காங்கே இருக்கும் சில குறைகளையும் தவிர்த்திருக்கலாம். இளம் வயதுப் பாரதியின் பகுதிகளை இவ்வளவு நீட்டி முழக்கி இருக்க வேண்டுமா? வசனப் பிரயோகத்தில் பல இடங்களில் இலக்கணத் தமிழும், சில இடங்களில் பழகு தமிழும் ஏன்? பாண்டிச்சேரி காட்சிகளில் 'பேக்ட்ராப்பில்' நிகழ்கால விஞ்ஞானம் தெரிகிறதே! அவர் வாழ்ந்த பல இடங்கள் பதிவு செய்யப்படாமல் விடுபட்டுள்ளதே? ஒரு குறிப்பிட்ட சாராரைக் காயப்படுத்தும் காட்சிகள் மற்றும் வசனங்கள் சில இடங்களில் தேவையில்லாமல் இடம் பெற்றிருப்பது ஏன்?

குழந்தையுடன் அவர் நெருக்கம், வசனத்தில் தெரிகிற அளவு காட்சிகளில் தெரியவில்லையே. மீடியா ட்ரீம்ஸ் குழு கவனிக்கவில்லையா?

தயாரிப்பாளர்களில் ஒருவர் 'சுஜாதா' ரங்கராஜன். கதை விவாதத்தில் உதவி ராஜம் கிருஷ்ணன். 'கரணம் தப்பினால் மரணம்' முயற்சி அதிலும் தேறி ஜெயித்திருக்கிறது குழு. குறிப்பாக இசை, நடிப்பு, படப்பிடிப்பு, இயக்கம், தயாரிப்பு எனத் தேசிய விருதுகள் பல காத்திருக்கிறது பாரதிக்கு.

குட்லக்!

தமிழன் எக்ஸ்பிரஸ்

எப்போதாவதுதான் ஒரு சினிமாவில் அனைத்து விஷயங்களும் சேர்ந்து அற்புத கலவையாகும். அப்படியொரு அசத்தல் கவிதை, 'பாரதி'

மகாகவியை இந்தத் தலைமுறைக்கு அறிமுகப்படுத்தும் நோக்கில் செல்லுலாய்டில் பதிவு செய்திருக்கிறார்கள். இரண்டரை மணி நேரம் சீட்டோடு நம்மைக் கட்டிப் போட்டு விடுகிறார்கள். எப்போதாவதுதான் ஒரு சினிமாவில் அனைத்து விஷயங்களும் சேர்ந்து அற்புதக் கலவையாகும். அப்படி ஒரு அசத்தல் கவிதை, பாரதி.

சரித்திரத்தில் நீங்கா இடம்பிடித்த அந்த மகா கவிஞனை உயிர்ப்போடு உலவ விட்டிருக்கிறார் இயக்குநர் ஞான ராஜசேகரன்.

சுப்பையாவாகப் பிறந்தது... சிறுவயதிலேயே கவிதையில் தேர்ச்சி பெற்று எட்டயபுர சமஸ்தானத்து ராஜாவுக்குச் செல்லப் பிள்ளையாக இருந்தது... ஆங்கில ஏகாதிபத்தியத்துக்கு எதிராகப் பொங்கி எழுந்து 'இந்தியா' பத்திரிகை நடத்தியது... இப்படி சில சம்பவங்களை மட்டும் எடுத்துக் கொண்டு அழகாகத் திரைக்கதை அமைத்திருக்கிறார் இயக்குநர்.

சாலையில் சந்திப்பவர்களையெல்லாம் தனக்கு மருமகனாக்கி அழகு பார்க்க விரும்புகிறார் பாரதி. ஆனால் செல்லம்மாவுக்கோ தனது மகள் தங்கம்மாவுக்குத் தனது சமூகத்தைச் சேர்ந்தவரையே மாப்பிள்ளையாக்க ஆசை.

ரகசியமாகத் திருமண ஏற்பாடு செய்கிறார். ஆனால் சந்தர்ப்பவசத்தால் திருமணத்துக்கு முதல் நாள் இரவு பாரதிக்கு மகளின் திருமணச் செய்தியைக் கூற வேண்டிய கட்டாயம்.

மலைப்பகுதியில் - பாரதி தூங்கிக் கொண்டிருக்கும் போது அவரைத் தேடிச் சென்று செல்லம்மாள் திருமணச் செய்தி சொல்ல... நமக்குத் தெரியாமலேயே மகளுக்குத் திருமண

ஏற்பாடு செய்திருக்கிறாளே செல்லம்மாள் என்று கொதித்த பாரதி, கதறி அழும் காட்சியில் நெஞ்சு கனத்துப் போகிறது.

மகாத்மா காந்தியைச் சந்தித்து திருவல்லிக்கேணி கூட்டத்திற்கு அழைப்பது. அரவிந்தரைச் சந்திப்பது... வ.வே.சு. ஐயரைச் சந்தித்து சுதந்திரப் போராட்டம் குறித்து விவாதிப்பது.... இப்படி சரித்திர பூர்வமான சம்பவங்களை அழகாகத் திரைக்கதையோடு கோர்த்திருக்கிறார்கள்.

பாரதியாக சாயாஜி ஷிண்டே செல்லம்மாளாகத் தேவயானி... இருவருமே காரெக்டருக்கு உயிர் கொடுத்திருக்கிறார்கள். எக்ஸலெண்ட் என்கிற வார்த்தை இருவரின் நடிப்பைப் பற்றிய சரியான விமர்சனமாக இருக்கும்.

இசை ராஜாங்கம் நடத்தி இருக்கிறேன் என்று டைட்டிலிலேயே கூறிவிடுகிறார் இளையராஜா. எட்டயபுரத்தின் ராஜபாட்டையைக் காட்டும்போது பின்னணியில் இழைகிறாரே... அற்புதம்.

தங்கர்பச்சனின் ஒளிப்பதிவு அருமை. ஆர்ட் டைரக்டர் கிருஷ்ணமூர்த்தி... செட் என்று தெரியாவண்ணம் அந்தக் காலகட்டத்திற்கே நம்மை அழைத்துச் சல்கிறார்.

இந்திய வரலாற்றில் பாரதி மட்டுமல்ல, பாரதி திரைப்படமும் ஒரு சிறப்பான இடத்தைப் பெற்றுவிடும்.

நாயகன்

ஒவ்வொரு தமிழனின் மனத்திலும் உருவகப்படுத்தப்பட்டிருக்கும் 'பாரதி'யை வெளிக் கொணர்ந்த முயற்சியில் இயக்குநருக்கு கிடைத்திருப்பது மிகப்பெரிய வெற்றி

காலத்தை மீறி கனவு கண்ட ஒரு தேசிய தமிழ் கவியின் வாழ்க்கையைப் பதிவு செய்திருக்கிறார்கள். பதினான்கு பேர் கலந்துகொண்ட பாரதியின் இறுதி சடங்குடன் படம் ஆரம்பிக்கிறது. தூக்கத்திலிருந்து எழுந்தாற்போலான ஒரு சோம்பலுடன் உணர்வுப்பூர்வமான வெளிப்பாடுகள் எதுவுமின்றி வெளிப்பட்டிருக்கும் அந்தக் காட்சி ஒரு குறைதான் என்றாலும், போகப் போக படமும், பாரதியும் நம்மை உள்வாங்கிக் கொள்கிறார்கள்.

தன்னுடைய சிந்தனைகளுக்கும், மன வேகத்துக்கும் சற்றும் ஈடுகொடுக்காத ஒரு சமுதாய சூழ்நிலையில் வாழும் பாரதியின் அனுபவங்கள் சம்பவங்களாக்கப்பட்டிருக்கும் விதம் அற்புதம். நிமிர்ந்த நடையும், நேர்கொண்ட பார்வையுமாய் வரும் சாயாஜி ஷிண்டே பாரதியாய் வாழ்ந்திருக்கிறார். ஒவ்வொரு தமிழனின் மனதிலும் உருவகப்படுத்தப்பட்டிருக்கும் 'பாரதியை' வெளிக்கொணர்ந்த முயற்சியில் இயக்குநர் ஞான ராஜசேகரனுக்குக் கிடைத்திருப்பது மிகப்பெரிய வெற்றி என்றுதான் கருதத் தோன்றுகிறது. "கேளடா மானுடா" என்று ஆரம்பிக்கும் பாடலும், தாழ்த்தப்பட்டவர்களுடன் பாரதி இணைந்து கொடுக்கும் புரட்சிக் குரலும் நம்மைப் பரவசப்பட வைப்பதுடன், ஒரு நல்ல காட்சிக்கு இயக்கம், பாடல், பின்னணி, நடிப்பு ஆகியவற்றில் எவ்வளவு தூரம் synchronization இருக்க வேண்டியிருக்கிறது என்பதையும் தெரிவிக்கின்றன.

படம் முழுவதுக்குமான லைட்டிங்கில் தென்படும் ஒரு continuity lapse (தியேட்டர் கைங்கர்யமாகவும் இருக்கலாம்) அவ்வப்போது நம்மை சிரமப்பட வைத்தாலும், 'நிற்பதுவே

நடப்பதுவே" பாடலின் ஆரம்பக் காட்சியும், பாரதி - செல்லம்மா சம்பந்தப்பட்ட உட்புற காட்சியமைப்புகளும் தங்கர்பச்சானை நீண்ட நாளைக்கு ஞாபகத்தில் வைத்திருக்க உதவும் முயற்சிகள்.

ஒரு 'நடிகை' என்ற கேரியரில் மற்ற யாருக்கும் கிடைக்காத ஒரு பாக்கியம் தேவயானிக்குக் கிடைத்திருக்கிறது. செல்லம்மாவாக எங்கேயோ இருக்கும் பிஜித் தீவு பட்டினிகளுக்காக கண்ணீர்விடும் பாரதிக்கு, 'சொந்த நிலைமையை' புரியவைக்கும் போதும், பிழைக்கத் தெரியாத கணவனின் நிலைமையை எண்ணி வெதும்பும் போதும், மூத்தமகள் தங்கம்மாவின் கன்யாதானத்தின்போது, கணவனை பகிஷ்கரிக்க 'சுற்றங்கள்' செய்யும் முயற்சியைத் தாங்க முடியாமல் கதறும்போதும் தேவயானியும் செல்லம்மாவும் ஒன்றாகி விடுகிறார்கள்.

ஹேராமுக்கு அப்புறம் இளையராஜாவின் இசை விரல்களுக்கு மற்றொரு விலைமதிக்க முடியாத மோதிரமாய் அமைந்திருக்கிறது 'பாரதி'யின் பின்னணி இசையும், பாடல்களும். சரியான 'lead' காட்சிகளுடன் அதை விஷுவல் ஆக்கியிருப்பதில் ஞான ராஜசேகருக்கு ஒரு ஹேட்ஸ்ஃஆப்.

பாரதியின் பாடல்களை வெறும் பாடப் புத்தக விஷயமாகவும், தேர்வு மதிப்பெண் சார்ந்த விஷயமாகவே பார்க்க பழக்கப்படுத்தபபட்ட இந்தத் தலைமுறைக்கு. பாரதி போன்ற படங்களின் வருகை ஒரு வரப்பிரசாதம். ஆனால், மேற்சொன்ன நம்முடைய கல்விமுறையின் கோளாறுகள்தான் பாரதி ஓடும் தியேட்டர்களில் நாம் பார்க்க முடிகிற ஒரு வெறுமைக்குக் காரணமோ என்று யோசிக்கத் தோன்றுகிறது.

பாரதிக்கு நாம் கொடுக்கும் அங்கீகாரம் நமக்கு நாமே கொடுத்துக் கொள்ளும் ஒரு அங்கீகாரம் என்ற அளவில் ஒரே ஒரு விஷயத்தை மட்டும் சொல்ல முடியும்.

'பாரதி' ஒவ்வொரு தமிழனும் பார்க்க வேண்டிய படம்.

●

குமுதம்

கம்பீரம் மிக்க தமிழ்க்கவிஞனைப் படம் முழுக்க ஆழமாகத் தரிசிக்க முடிகிறது

ஆஹா! இப்படி ஒரு படம் பார்த்து எத்தனை நாளாச்சு!

முதல் காட்சியிலேயே பாரதியின் சவ ஊர்வலம். மொத்தம் பதிமூன்று பேர்தான் மயானத்துக்கு வந்திருக்கிறார்கள். 'அடடா! பாரதியின் இறுதிச்சடங்கு உலகம் பூரா தெரியும் வகையில், புகழஞ்சலி செலுத்தும் வகையில் எப்படி நடத்திருக்க வேண்டும். இப்படி அனாதைப் பிணம் போல் நடக்கிறது. இந்த மண்ணுக்கு விமோசனம் உண்டா? என்று நிழல்கள் ரவி கதறி அழும்போதே நிமிர்ந்து உட்கார்ந்து விடுகிறோம்.

மெல்ல ஃப்ளாஷ்பேக் துவங்குகிறது. சிறுவன் பாரதி எட்டயபுரம் ராஜாவின் மகா சபையில் கணீரென்று கவிதை படிக்கிறான். ராத்திரி அப்பாவுக்குத் தெரியாமல் கூத்துப் பார்க்கச் சென்று பாஞ்சாலியை நடுமேடையில் நிறுத்தி கேள்வி கேட்கிறான். 'நீ உருப்படமாட்டாய்' என்று திட்டும் அப்பா, சிறுமி செல்லம்மாவைக் கல்யாணம் பண்ணி வைக்க, உறவினர் புடை சூழ, ஊஞ்சலில் அமர்ந்து மனைவிக்கு முத்தம் கொடுக்கிறான். பிறகு காசிக்குச் சென்று வேதங்களில் தேர்ந்து, சமூகத்தை உற்று நோக்கிய பின், சடங்குகளை, சம்பிரதாயங்களைச் சாடத் துவங்குகிறான. கோட்டும், தலைப்பாகையும் அணிந்து, மீசை முறுக்கி, இனி இதுவே என் அடையாளம்' என்று பிரகடனம் செய்கிறான். மறுபடி எட்டயபுரம் வந்து மகாராஜா சபையில் கிடைத்த வேலையை உதறி "மகாராஜா, நீர் ஒரு முட்டாள்!" என்று திட்டிவிட்டுப் புறப்படுகிறான். மனைவியை அறையும் கணவனாக இருப்பவனைச் சம்மட்டி அடிப்பதுபோல் நிவேதிதா தேவி கேள்வி கேட்க, தலை குனிந்து, பெண் விடுதலையைப் போற்றுபவன் ஆகிறான். பிறகு தேச விடுதலை. ஒவ்வொரு நிலையாகப் பாரதியின் வாழ்வு எப்படி மாறியிருக்கிறது.

ஒரு பக்கம் வறுமை, பசி, பட்டினி... மறுபக்கம் ஊற்றாகப் பொங்கும் கவிதை. உப்பு, புளி பிரச்சினையிலிருந்து என்னை மீட்டால்தானே நான் உலகத்தைப் பற்றிப் பாட முடியும்' என்று பராசக்தியை அதட்டும் அந்தக் கம்பீரம் மிகுந்த தமிழ்க்கவிஞனைப் படம் முழுக்க ஆழமாகத் தரிசிக்க முடிகிறது. அருமையான திரைக்கதை அமைப்பு, வசனங்கள்.

'சென்னைக் கூட்டத்துக்கு இன்று வர முடியுமா?' என்று காந்தியை பாரதி கேட்பதற்கு இன்று முடியாது, நாளை வரலாமா' என்று காந்தி பதில் சொல்ல, "மன்னிக்கவும். கூட்டத்தை நாளைக்கு மாற்ற முடியாது. உங்கள் போராட்டங்களுக்கு என் ஆசீர்வாதம் உண்டு" என்று சொல்லிவிட்டு ஒரு நடை நடக்கிறாரே, அதற்கு இணை வேறு இல்லை. ஹீரோத்தனம் இல்லாத ஒரு ஒரிஜினல் மனிதனின் நடை அது.

பாரதியாக நடித்தவருக்கு யார் கொடுக்கிறார்களோ இல்லையோ, இதோ நாங்கள் கொடுக்கிறோம் ஒரு ஆஸ்கார்!

தேவயானி, இளையராஜா ஹாட்ஸ் ஆஃப்!

நல்ல படம், நம்மிடையே வாழ்ந்த ஒரு உலக மகாகவி பற்றிய வாழ்க்கைப் படம் என்பதாலோ என்னவோ தியேட்டரில் அதிகக் கூட்டம் இல்லை.

நல்ல காலம், பாரதியும் இப்போது இல்லை.

●

நக்கீரன்

கஷ்டமான சூழ்நிலையிலும் கம்பீரத்தை இழக்காமல் வாழ்வது எப்படிங்கிற தன்னம்பிக்கையைத் தருகிற படம்

லெனின்

முண்டாசு கட்டி, முறுக்கு மீசை வச்ச அந்த-மகாகவிஞனைப் படமா எடுத்திருக்காங்கன்னு கேள்விப்பட்டதுமே தியேட்டருக்குப் போயிட்டோம். படத்தைப் பார்த்ததும்தான் தெரிஞ்சுது, இந்த கவிஞானக் கிறுக்கன் 'வாழத்தெரியாத மனுஷனா' இருந்திருக்காருன்னு.

உப்பு, புளி கஷ்டத்தைப் பத்தி கவலைப்படாத மனுஷன் பாரதி. அந்த மகாகவிக்கு எப்போதும் சமுதாயக் கொடுமைகள் மேல கோபம். அவரோட சம்சாரம் செல்லம்மாதான் ரொம்ப பாவம். ரெண்டு பொம்பள புள்ளய பெத்துகிட்டு அந்தம்மா படுற கஷ்டமிருக்கே, அப்பப்பா! எட்டயபுரம் மகாராஜா கொடுத்த காசுல இந்த மகாகவி கடைகடையா ஏறி, மூட்டை மூட்டையா பொஸ்தகத்தை வாங்கிகிட்டு வந்தா எந்த பொண்டாட்டிக்குத்தான் கோபம் வராது? "ஏங்க டவுன்ல ஒரு நகைக் கடையோ துணிக்கடையோ இல்லையா"ன்னு அந்தம்மா கேக்குற கேள்விக்கு மகாகவியாலயே பதில் சொல்ல முடியலை. வீட்டுல அரிசி, பருப்பு இல்லாத நேரத்துல இந்த மனுஷன் தன்னோட சிநேகிதர்களைக் கூட்டிகிட்டு வந்து சோறு போடுன்னு சொன்னா அந்தம்மா என்ன பண்ணுவாங்க? ஒரு பொம்பள புள்ளய சொந்தக்காரங்ககிட்டே கொடுத்துபுட்டு இன்னொரு புள்ளயோடு அந்தம்மா பட்டினி கிடந்து கண்ணீர் விடுறாங்க. ஆனா மகாகவியோ தன் குடும்பத்து கண்ணீரைத் துடைக்க வழியில்லாம, எங்கயோ பிஜித் தீவுல கரும்பு தோட்டத்துல வேலை செஞ்சு கஷ்டப்படுற நம்ம மக்களுக்காக அழுது அழுது பாட்டெழுதுறாரு. பிழைக்கத் தெரியாத மனுஷன்!

எட்டயபுரம், காசி, சென்னை, பாண்டிச்சேரி, கடையம், மறுபடியும் சென்னைன்னு அந்த மகாகவியை வறுமை ஊர் ஊரா துரத்தியடிக்கும்போது நமக்கு கஷ்டமா இருக்குங்க. வசதியில ஏழைன்னாலும் வைராக்கியத்துல கோடீஸ்வரனாத்தான் மனுஷன் கடைசிவரைக்கும் வாழ்ந்திருக்காரு. கையில காசே இல்லாத சமயத்திலும், எட்டயபுரம் ராஜா ஜதிபல்லாக்கு அனுப்பினாத்தான் அவரைப் பார்ப்பேன்னு சொல்றாரு. காந்தி தாத்தா முன்னால போய் சரிசமமா உட்கார்ந்து, கூட்டத்துக்கு வந்து பேசணும்னு கூப்பிடுறாரு. இன்னைக்கு வேறொரு காரியம் இருக்கிறதால நாளைக்கு கூட்டத்தை வச்சிக்கலாமேன்னு காந்தி தாத்தா சொன்னதும் அதெல்லாம் முடியாதுன்னுட்டு விருட்டுன்னு எழுந்திடறாரு மகாகவி. இந்தத் துணிச்சலெல்லாம் பாரதியைத் தவிர வேற யாருக்கும் வராதுன்னாலும் அதைப் பார்க்கிறவங்களுக்கு என்னய்யா இந்த ஆளு கிறுக்கனா இருக்கானேன்னுதான் தோணும். அவரு வாழுற ஊருக்குள்ளேயும் அப்படித்தான் பேசுறாங்க.

அக்கிரகாரத்தில் ஆச்சாரமா வாழுறவங்க மத்தியில இந்த மகாகவி, கழுதைய தூக்கிகிட்டு வந்து கொஞ்சுறதையும் சாயபுகளை அழைச்சுக்கிட்டு வர்றதையும் பார்த்தா கிறுக்கன்னு சொல்லாம வேறென்ன சொல்லுவாங்க தாழ்த்தப்பட்ட மக்களையெல்லாம் வீட்டுக்குள்ள அழைச்சுகிட்டு வந்தா, பித்துப் பிடிச்சவன்னுதானே சொல்லுவாங்க. அம்மணமா இருக்கிற ஊருல கோவணம் கட்டியவனையே அப்படித்தான் சொல்லுவாங்கன்னா, கோட்டு போட்ட ஆளை வேற எப்படி சொல்லுவாங்களாம்? சாதி ஒழிப்புக்காக மகாகவி பட்டிருக்கிற பாட்டைப் பார்க்குறப்ப நமக்கே அவரைக் கிறுக்கன்னு தான் நினைக்க தோணுது. 'சாதி பெயரைச் சொல்லித்தானே இன்னைக்கு அரசியல் நடத்த வேண்டியிருக்கு. இது புரியாம அன்னைக்கு ஏதேதோ புரட்சி பண்ணியிருக்காரே இந்த ஞானக்கிறுக்கன்! காளான் மாதிரி முளைச்சிருக்கிற சாதி சங்கங்களையெல்லாம் பார்க்கக் கூடாதுன்னுதான் அந்த மகாகவி 39 வயசிலேயே செத்துப்போயிட்டாரோ என்னவோ! படம் முடியுறப்ப கண்ணெல்லாம் குளமாயிடிச்சிங்க.

யாரோ ஷாயாஜி ஷிண்டேன்னு மராத்திக்காரராம். அவர்தான் பாரதி. நம்ம தேவயானி பொண்ணுதான் செல்லம்மா. படத்துல யாருக்குமே நடிக்கத் தெரியலீங்க... ஆமா, எல்லாருமே அந்தந்தப் பாத்திரமா வாழ்ந்திருக்காங்க. நெறைய அவார்டு கிடைக்கலாமுங்க.

பள்ளிக்கூடத்துல படிக்கிறப்ப பாரதியார் பாட்டை மனப்பாடம் பண்ணச்சொல்லி வாத்தியாரு 'நங் நங்' குன்னு குட்டு வாரு. அப்பவெல்லாம் மண்டையில ஏறலை. படத்துல இளையராசா இசையில கேட்டதும் அந்தப் பாட்டெல்லாம் அப்படியே மனசுக்குள்ள புகுந்து உட்கார்ந்திடிச்சி.

தேன் வந்து பாயுது காதுக்குள்ளேன்னு மகாகவி பாடினாரே, அது இளையராசா இசைக்குத்தான் பொருத்தம்.

பாரதி, மாதிரியே படத்தோட டைரக்டர் ஞான ராஜசேகரனும் பிழைக்கத் தெரியாத ஆள் போலிருக்கு. ஃபைட்டு, டான்சுன்னு எடுத்திருந்தா நல்லா ஓடும்ல... அதை விட்டு போட்டு இப்படி மகாகவி பத்தி படம் எடுத்தா தியேட்டருக்கும் கூட்டம் எப்படி வரும்?

ஒரு விஷயமுங்க... இது ஒரு கவிஞனின் வாழ்க்கையைச் சொல்லும் வரலாற்றுப் படம் மட்டுமில்லீங்க.

கஷ்டமான சூழ்நிலையிலும் கம்பீரத்தை இழக்காமல் வாழ்வது எப்படிங்கிற தன்னம்பிக்கையைத் தருகிற படம். 'வீரபாண்டிய கட்டபொம்மன்', 'கப்பலோட்டிய தமிழன்' மாதிரி எல்லோரும் அவசியம் பார்க்க வேண்டிய படம்.

அரசாங்கம் இதுக்கு வரிவிலக்கு கொடுக்கணும்.

டாப் டென்னு சூப்பர் டென் நிகழ்ச்சியிலெல்லாம் இந்தப் படத்தைப் பத்தி சொல்லணும்.

இல்லேன்னா.... அந்த மகாகவிஞனைச் சுடுகாட்டுக்குக் கொண்டு போனப்ப 14 பேர்தான் பின்னாடி வந்ததா படத்துல காட்டுறாங்களே. அதே அளவுக்குத்தான் படம் ஓடுற தியேட்டரிலும் ஜனங்க இருப்பாங்க.

லெனின்

இதயம் பேசுகிறது
வெகுநேர்த்தியான உருவாக்கம்

செலுலாய்டில் செதுக்கப்பட்ட மகாகவி பாரதியின் வாழ்க்கைச் சரித்திரம்!

இந்தத் தலைமுறையினருக்குப் பரிச்சயமில்லாத பாரதியையும், அவர் வாழ்ந்த காலகட்டத்தையும் பிரமிக்கத்தக்க வகையில் பதிவு செய்திருக்கின்றனர். காட்சிகள் ஒவ்வொன்றும் கடந்த காலத்தை கண்முன் நிறுத்துகின்றன.

வெகு நேர்த்தியான உருவாக்கம்!

பாரதியின் இறுதிச் சடங்கில் தொடங்குகிறது படம் - அதில் கலந்து கொண்டவர்கள் வெறும் பதின்மூன்று பேர் என்ற வேதனையான உண்மையுடன். எண்ணற்ற எழுச்சிக் கவிதைகளை முழங்கிய அந்த மகாகவிக்கு இப்படி ஒரு நிலையா? துவக்கக் காட்சியில் மனசு கனத்துப் போவது நிஜம்!

பாரதி வெறும் கவிஞன் மட்டுமில்ல. மானுட முன்னேற்றத்துக்காகத் தன் கடைசி மூச்சு வரை பாடுபட்டவன், சுதந்திர இந்தியா மலர்வதற்குத் தன் எழுத்தையே ஆயுதமாக்கியவன். இப்படியான பாரதியின் பன்முகங்களும் படத்தில் பதிவாகி இருக்கின்றன.

தாழ்த்தப்பட்டவர்கள் என்று ஒதுக்கி வைக்கப்பட்ட மக்களை ஆலயப்பிரவேசம் செய்ய வைக்கிறார். அவர்களுக்குப் பூணூல் அணிவித்து அழகு பார்க்கிறார். தோளோட தோள் அணைத்து அழைத்துச் சென்று மேட்டுக் குடியினரின் சபையில் சரி நிகர் சமமாக அமர வைக்கிறார். தீண்டாமை மனோபாவம் உச்சத்தில் இருந்த காலத்தில் பாரதி செய்த சமூகப்புரட்சி அது. திரையில் காணும்போது சிலிர்க்க வைக்கின்றன.

பாரதியைச் சராசரி மனிதன் என்ற உண்மையையும் நேர்மையுடன் முன் வைக்கிறது 'பாரதி' படம்.

பெண் விடுதலைக்காகப் பாடல்கள் புனைந்த பாரதியும்

கூட சொந்த வாழ்க்கையில் செல்லம்மாவை வீட்டுக்குள் பூட்டி வைத்தவன்தான். நிவேதிதா தேவியின் கேள்வியின் மூலம் பாரதியின் ஆணாதிக்க மனோபாவம் சுக்கு நூறாக உடைகிறது. அதன் பிறகு அக்ரஹார தெருவில் செல்லம்மாவை அழைத்துச் செல்லும்போது பாரதியிடம் அப்படியொரு கம்பீரம். பாரதியின் சிந்தனைத் தெளிவை இதைவிடச் சிறப்பாகச் சொல்வது கடினம்.

நடிப்பென்று இனம் காண முடியாத அளவுக்குக் கனல் தெறிக்கும் பார்வை. கம்பீர நடை, மிடுக்கான தோற்றம் எனப் பாரதியாய் வாழ்ந்திருக்கிறார் சாயாஜி ஷிண்டே. அவர் வட இந்திய நடிகர் என்பது கூடுதல் வியப்பு தரும் விஷயம்.

செல்லமாவாகத் தேவயானி... நடிப்பில் புதிய பரிமாணத்தைத் தொட்டிருக்கிறார். சோற்றுக்கு வழியில்லாத வறுமைச் சூழ்நிலையில் வீடு தேடி வருபவர்களுக்குப் பாரதி சாப்பாடு போடச் சொல்ல, இல்லாமையைக் கண்களால் பிரதிபலிப்பதிலாகட்டும், வேறு சாதிக்காரர்களை வீட்டுக்குள் அழைத்து வந்ததற்காகப் பாரதியிடம் கோப்படுவதிலாகட்டும்... இன்னும் பல காட்சிகளில் பரிமளித்திருக்கிறார் தேவயானி. விருது நிச்சயம்!

படத்தின் நேர்த்திக்கு உதவிய அம்சங்களில் இசைக்கு முதலிடம். இசையில் தான் மேஸ்ட்ரோ என்பதை மீண்டும் நிரூபித்திருக்கிறார் இளையராஜா, நிற்பதுவே, கேளடா, அக்னி குஞ்சு, மயில் போல என அனைத்துப் பாடல்களும் காலத்தால் அழிக்க முடியாத இசைப் பொக்கிஷம்.

பாரதியின் காலத்தில் வாழ்ந்த உணர்வை ஏற்படுத்துகின்றன ஒளிப்பதிவும், கலை இயக்குநரின் பங்களிப்பும். ஒளி ஓவியர் என்று தன்னைச் சொல்லிக் கொள்ளும் தங்கர்பச்சான் இந்தப் படத்தில்தான் அந்தத் தகுதியைப் பெற்றிருக்கிறார்.

பாரதியை இயக்கிய ஞான ராஜசேகரனுக்குத் தமிழ் கூறும் நல்லுலகம் நன்றி சொல்ல வேண்டும்!

Portriat of a poet

The first-ever film on Tamil poet Subramania Bharati strikes a chord.

S. VISWANATHAN

Making films on historical personalities presents a special challenge. Even unusually long feature films may not be able to cover the whole gamut of their lives. Such films could at best hope to capture the high points in their lives. That is exactly what Gnana Rajasekaran has attempted in Bharati, a new Tamil feature film on Subramania Bharati.

Poet, journalist, nationalist, freedom fighter and reformer, Bharati inspired Tamils during the struggle for Independence through his spirited patriotic songs. His achievements in literature and several other fields continue to inspire writers, social activists and political workers. Bharati is considered the first Tamil poet to have reacted to political events. As a journalist, he wrote forceful essays on contemporary political issues. He is credited with liberating Tamil from elite academics and taking the language to the common man. Beside countless patriotic songs, Bharati wrote poems on a variety of subjects - from nationalism to nature, from politics to philosophy. His Paanchali Sabatham (based on an episode in the Mahabharata), Kuyil Paattu and Kannan Paattukkal are among the prize possessions of Tamil society. A devotee of Shakti, Bharati rendered a substantial number of devotional songs. He introduced political cartoons in Tamil journalism (Frontline, September 8, 1995). Bharati died young, in 1921, at the age of 39.

Although the Tamil film industry has extensively used Bharati's songs for well over five decades, no major attempt was made to make a film on the basis of the life of this multi-facted personality. Bharati's songs have been popularised by musicians and film artists since the 1940s. All India Radia played a significant role in taking Bharati to the masses. Theatre personalities such as T.K. Shanmugam and S.V. Sahasranaman staged plays based on Bharati's life and his works, notably Panchali Sabatham.

In the 1950s and 1960s, Tamil feature films were made on two crusaders against British ruler – Veerapandia Kattmbomman, the 18th century ruler of a small Tamil kingdom, and Kappalottiya Thamizhan, on V.O.Chidambaram, a freedom fighter and a contemporary\ of Bharati. Kappalottiya Thamizhan had some scenes featuring Bharati as a close friend of VOC.

Apart from a 16mm film made by the Films Division of the Tamil Nadu government and some productions by Doordarshan, no major efforts had been made to produce a documentary on Bharati until a few years ago. A short film made in the mid-1990s did not do justice to a poet of Bharati's stature, according to critics. The first serious, professional attempt at making a documentary on Bharati was made by United States-based N.Muruganandam, for Cindhanai Vattam and the Tamil Association of New Jersey in 1999. The documentary, titled Subramania Bharati, was directed by Amshan Kumar, a bank employee turned film –maker. It gave an authentic and aesthetic account of the poet's life and won appreciation. With the Bharati scholar Seeni Viswanathan as chief adviser, the novelist and Tamil scholar Indira Parthasarathy as script-writer and L.Vaidyanathan as music director, the 60-minute video documentary featured interviews with two of Bharati's contemporaries, both in their late nineties. An interesting piece of information contained in the documentary is that Bharati was one of the 13 India subscribers of a revolutionary American magazine Gaelic America.

Gnana Rajasekaran's Bharati (The Story of a Poet), produced by Media Dreams, is a simple and absorbing narration of the poet's eventful life. Through a series of well-knit episodes relating to his childhood, early marriage and stay at Varanasi with his aunt soon after his father's death, the film deals with his evolution into a poet and a rebel of a journalist, his encounter with the British administration and his life in French – administered Pondicherry where he took refuge in the face of British repression. It concludes with a poignant narration of his poverty-ridden last days.

The film begins with Bharati's funeral, which is attended by only 14 persons, a disturbing scene for any viewer who knows the fact that the great patriot-poet inspired thousands of people during the freedom struggle and continues to be loved and admired by millions of Tamils the world over. 'It is this irony that disturbed me and it is the why of this that the film seeks to explore," says Gnana Rajasekaran, who wrote the screenplay and the script besides directing the film.

The story deals with the many facets of Bharati's life before ultimately answering the query. And in this process it highlights in a powerful way a less-known side of the poet – as a ceaseless fighter for justice for socially and economically deprived sections of society, Dalits and women. More than anything else, it is his uncompromising crusade against casteist oppression and religious obscurantism that appears to have alienated Bharati, who was born in an orthodox

Brahmin family, from the tradition-bound society around him, including his relatives.

The film has many striking scenes. For instance, Bharati's encounter with Gandhi in Chennai. Bharati almost gatecrashed into the room in which Gandhi is in discussion with Rajaji, and invites him to preside over a meeting he would address that evening. When Gandhi excuses himself and offers to spare time the next day, Bharati says "no" in a polite but firm tone and leaves in a huff, but not before extending his "blessing" to Gandhi's new mass movement. After he leaves, Gandhi tells Rajaji that the poet's life is precious and it needs to be "protected". The neat handling of the scene – the meeting of the two great minds – with dignity deserves mention. The way Bharati faces death with courage, unlike his father, is poignantly told. After a life full of struggles, he dies without any trace of bitterness.

Hailing the film as a "most welcome attempt", Tamil writer Prapanchan says that two aspects of the film impressed him the most. "First, the film effectively potrays the conflicts between the poet's ideals and the real life, and secondly it brings out in a telling manner the dreamer in the poet," he says. Social reforms including women's libration and the uplift of the socially oppressed people, Policis and creative literature were Bharati's three passions. "While the first two find adequate expression in the film, the third is sadly missing," says Prapanchan the crucial 10 years that he spent in Pondicherry saw Bharati at his creative best. It was during this period that he produced Paanchali Sabatham and Kuyil Paattu. Prapanchan says that this period could have been covered better. He also says that fact that Bharati was among the first few that Bharati was among the first few Indians to hail the Bolshevik Revolution (1917) has also been missed by the director. "The film," he says, "has succeeded in portraying beautifully the social environment that shaped Bharati into a poet first and then into a committed political fighter with extreme social concern."

Powerful performances by Marathi actor Sayaji Shinde as Bharati and Devayani as Bharati's tradition-bound wife Chellammal are among the assets of the film. Ten songs, eight of them Bharati's tuned to music by Ilayaraja and Thangar Bachan's cinematography are its other strong points.

Amshan Kumar, who described Bharati as a 'valuable addition to Tamil cinema", has a word of praise for Media Dreams. He said the makers of Bharati, unlike tha producers of earlier non-mainstream films, had shown great enthusiasm in releasing the film for public viewing.

The film has, by and large, been well received by the media as well as Tamil literary and art circles. The Tamil Nadu Progressive Writers Association held meeting and seminars on the film in Chennai, Madurai and many other places. At a largely attended meeting at Bharati Memorial (the house where he spent his last day) in Chennai on October 8, speakers were unanimous that the film had "captured the spirit" of Bharati and would inspire progressive sections among the viewers.

●

The Hindu
'Bharati' Steals our Hearts

The Majestic Gait, the intimidating, piercing eyes that sparkle with a mix of eccentricity, anger, defiance and passion Shayaji Shinde is indeed a remarkable choice for the role of Bharati.

It is another fantastic break for Devyani as Chellamma, the wife of Subramania Bharati. Her soft, vulnerable docility and her helpless effete submission to her husband's impractical way of life have been beautifully portrayed. If Shayaji Shinde's eyes convey layers of emotion, so do Devyani's, in a very different way. The turmoil of a cocooned and sheltered woman who is unable to understand or appreciate her husband who is so different from the ordinary, is projected with the right nuances.

Director Gnana Rajasekharan who is also in charge of the story, screenplay and dialogues, brings out quite lucidly, the caste and communal differences that exist at each and every level. But there is too much stress on these aspects and in the process,, Bharati's strong views on other issues seem to be sidelined.

As the blissfully uncaring personality who is panned, mocked at and insulted, Bharati steals our hearts. As a warm father, when he weeps to his daughter at the marriage pandal that even she had not understood him, as a passionate lover of Nature, as a patriot and as a poet, Bharati lives throughout the film, and the director and hero shine.

T.P.Gajendran as Kuvalai, the ardent man Friday of Bharati, presents and excellent cameo. Each of the few mourners are so natural in their grief of having lost Bharati that the sorrow is almost contagious. And this is another scene where Kuvalai excels. Using Bharati's immortal word 'Nallathor Veenai..." to show how the great soul had been neglected, slighted and thwarted, is touching

Ilaiyaraja is back again with a bang, literally. One cannot but enjoy the astute and effective use of the percussion in the re-recording and in 'Bharata Samudayam" (K.J.Yesudas) which sends a wave of patriotism even in the most apathetic, and the splendid use of violins in the same number. 'Vande Mataram" (Madhu Balakrishnan), Bombay Jayasri's melodious 'Ninnai charan Adaindhaen" also sung by Ilayaraja, 'Nirpadhuvae" sung by Harish Raghavendhar that perk up your senses to the bountiful wealth of beauty around you, and 'Kaelada" (Rajkumar Bharati) are numbers that cannot be easily forgotten. Undoubtedly 'Bharati" is another feather in the maestro's already innumerable feathered cap.

Thankar Bachan's camera, the locations and Lenin's crisp editing are the other fascinating features of "Bharati". Actor Rajeev who has lent his voice for Bharati is another of the apt choices made.

The transition phase of Bharati from young boy to adolescent to a grown up individual could have been more subtly and smoothly handled. There is an abruptness about these scenes which could have been avoided.

●